ഒറ്റക്കൂട്ടം

രൂപേഷ് കണ്ണാപ്പള്ളി

notionpress
.com

INDIA • SINGAPORE • MALAYSIA

ISBN 979-8-90392-450-9

ഉള്ളടക്കം

രചയിതാവിനെക്കുറിച്ച്

രൂപേഷ് കണ്ണാപ്പള്ളി
Ph: 9847854922

കണ്ണൂർ ജില്ലയിലെ പെരിങ്ങോം സ്വദേശിയായ രൂപേഷ്, കഴിഞ്ഞ ഒരു വ്യാഴവട്ടക്കാലമായി കെ എസ് ആർ ടി സി യിൽ ജോലി നോക്കുന്നു. ഇപ്പോൾ കാസർഗോഡ് ഡിപ്പോയിൽ കണ്ടക്ടറായി സേവനമനുഷ്ഠിക്കുന്നു. ആറു ചക്രങ്ങൾക്കിടയിലെ യാത്രകളും തിരക്കുകളും ശീലമായ രൂപേഷിന്, അക്ഷരങ്ങൾ ആശ്വാസവും ജീവിതദർശനവുമാണ്. കണ്ടക്ടറുടെ ബാഗിലെ ടിക്കറ്റുകൾക്കിടയിൽ നിന്നും യാത്രക്കാരുടെ മൗനത്തിൽ നിന്നും അദ്ദേഹം കണ്ടെടുത്തതാണ് ഈ പുസ്തകത്തിലെ ഓരോ വരിയും.

ഭാര്യ **സരിത** (ജി.എച്ച്.യു.പി.എസ് കുറിച്ചിപ്പള്ള അധ്യാപിക), മക്കൾ **ശ്രീയലക്ഷ്മി** (ജി.വി.എച്ച്.എസ് കാഞ്ഞങ്ങാട്, പ്ലസ് വൺ വിദ്യാർഥിനി), **അമേയ** (ജി.എച്ച്.എസ്.എസ് ചായ്യോത്, ഒൻപതാം ക്ലാസ് വിദ്യാർഥിനി) എന്നിവരടങ്ങുന്നതാണ് അദ്ദേഹത്തിന്റെ ലോകം. നിലവിൽ നീലേശ്വരത്ത് താമസം.

തൊഴിലിന്റെ തിരക്കുകൾക്കിടയിലും തന്നിലെ 'ഒറ്റയാനെ' തേടുന്ന രൂപേഷിന്റെ ആദ്യ കൃതിയാണ് 'ഒറ്റക്കൂട്ടം'.

സമർപ്പണം

എന്റെ അക്ഷരങ്ങളുടെ ലോകം എന്നെക്കാൾ നന്നായി അറിയുന്നവർക്ക്...

എന്റെ തിരക്കുകൾക്കും യാത്രകൾക്കും എന്നും തണലായി നിൽക്കുന്ന, പരാതികളില്ലാതെ എനിക്കൊപ്പം ചേർന്നുനടക്കുന്ന എന്റെ പ്രിയ പത്നി സരിതയ്ക്ക്...

എന്റെ പ്രഭാതങ്ങളെ പ്രകാശപൂർണ്ണമാക്കുന്ന എന്റെ മക്കൾ ശ്രീയലക്ഷ്മിക്കും അമേയയ്ക്കും...

എന്നെ ഞാനാക്കിയ, സ്നേഹത്തിന്റെ കരുതലായി കൂടെയുള്ള അച്ഛനും അമ്മയ്ക്കും...

പിന്നെ...

കറുത്ത ബാഗും തൂക്കി എന്റെ ബസ്സിലേക്ക് കയറിവന്ന്, സ്വന്തം നിസ്സഹായതകൾക്കിടയിലും ഒരു ഏട്ടനെപ്പോലെ എന്നെ കരുതിയ, എന്നെ എഴുത്തിന്റെ ലോകത്തേക്ക് കൈപിടിച്ചു നടത്തിയ ആ അപരിചിതയായ അനിയത്തിക്കും...

ഈ '**ഒറ്റക്കൂട്ടം**' ഞാൻ സ്നേഹപൂർവ്വം സമർപ്പിക്കുന്നു.

1. പ്രാരംഭം

അക്ഷരങ്ങളാൽ നെയ്തൊരു ജീവിതയാത്ര

മനുഷ്യജീവിതം ഒരു വലിയ പാതയാണ്. അതിൽ ചിലർ യാത്രക്കാരാകുന്നു, ചിലർ വഴികാട്ടികളാകുന്നു. എന്റെ ജീവിതം ഈ രണ്ടു ധ്രുവങ്ങൾക്കിടയിലുള്ള ഒരു നിതാന്ത സഞ്ചാരമാണ്. കുഴൽപ്പാടി കുന്നിന്റെ താഴ്‌വാരത്തുനിന്ന് തുടങ്ങിയ ആ യാത്ര, ഇന്ന് കവിതകളുടെ ഈ തീരത്ത് എത്തിനിൽക്കുന്നു.

ഈ സമാഹാരത്തിന് "ഒറ്റകൂട്ടം "എന്ന് പേരിടുമ്പോൾ എന്റെ ഉള്ളിൽ നിറഞ്ഞത് ആത്മസംതൃപ്തിയല്ല, മറിച്ച് വിനയമാണ്. കാരണം, ഈ വരികളൊന്നും ഞാൻ ബോധപൂർവ്വം ചമച്ചവയല്ല. മറിച്ച്, ഉറക്കമില്ലാത്ത രാത്രികൾ എനിക്ക് സമ്മാനിച്ച നോവുകളും, പകലിലെ തിരക്കുകൾക്കിടയിൽ ഞാൻ കണ്ടുമുട്ടിയ മുഖങ്ങളും എന്നിലൂടെ സ്വയം അക്ഷരങ്ങളായി മാറിയതാണ്. മരുന്നിന്റെ മണമുള്ള രാത്രികളിൽ, വേദനയുടെ കനലുകൾക്കിടയിൽ ഞാൻ തിരഞ്ഞ ആശ്വാസം ഈ തൂലികയായിരുന്നു. ഒരുപക്ഷേ, നിദ്രാവിഹീനത എനിക്ക് നൽകിയ ഏറ്റവും വലിയ വരദാനമാണ് ഈ കവിതകൾ.

കണ്ടക്ടറുടെ ബെൽ മുഴക്കങ്ങൾക്കും യാത്രക്കാരുടെ ബഹളങ്ങൾക്കുമിടയിൽ ഞാൻ കണ്ടത് വെറും മുഖങ്ങളെയല്ല, ഓരോരുത്തരും പേറുന്ന കഥകളെയാണ്. വിഘ്നേശ്വര സന്നിധിയിൽ ഉടച്ച തേങ്ങയുടെ പുണ്യവും, കർണ്ണൻ എന്ന ഇതിഹാസ നായകന്റെ ത്യാഗവും, സഞ്ജു സാംസൺ എന്ന മലയാളി താരത്തിന്റെ പോരാട്ടവീര്യവും ഒരേപോലെ എന്നെ

പ്രചോദിപ്പിച്ചു. ഇതിൽ എന്റെ തറവാട്ടു മുറ്റത്തെ തെയ്യക്കോലങ്ങളുടെ ചിലമ്പൊലിയുണ്ട്; കുഴൽപ്പാടി കുന്നിലെ മണ്ണിൽ പതിഞ്ഞ എന്റെ പാദമുദ്രകളുണ്ട്.

എന്റെ കവിതകൾ കേവലം വരികളല്ല, അവ എന്റെ ജീവിതത്തിന്റെ ഓരോ അടരുകളാണ്. പ്രിയതമയുടെ സ്നേഹത്തണലും, മക്കളുടെ നിഷ്കളങ്കമായ ചിരിയും, അച്ഛൻ എനിക്ക് പകർന്നുനൽകിയ അറിവിന്റെ വലിയ സ്വത്തുമാണ് എന്റെ ഈ കാവ്യസഞ്ചാരത്തിന് ഇന്ധനമായത്. കറുപ്പിനെയും ചുവപ്പിനെയും ഞാൻ സ്നേഹിക്കുന്നു—ഒന്ന് കനലിന്റെ നിറവും മറ്റൊന്ന് കരുത്തിന്റെ നിറവുമായതുകൊണ്ട്.

ഈ പുസ്തകം വായിച്ചു തീരുമ്പോൾ നിങ്ങൾ കാണുന്നത് ഒരു കവിയെ മാത്രമല്ല, മറിച്ച് ജീവിതത്തോട് നിരന്തരം കലഹിക്കുകയും അതിനെ പ്രണയിക്കുകയും ചെയ്യുന്ന ഒരു സാധാരണ മനുഷ്യനെയാണ്. ഈ അക്ഷരങ്ങൾ നിങ്ങളുടേത് കൂടിയാണ്. എന്റെ വരികളിൽ നിങ്ങളുടെ ഒരു നിഴലെങ്കിലും നിങ്ങൾ കാണുന്നുണ്ടെങ്കിൽ, അവിടെയാണ് എന്റെ ഈ എളിയ പരിശ്രമം ധന്യമാകുന്നത്.

വാക്കുകൾ മുറിഞ്ഞുപോകുന്നിടത്ത് മൗനം തുടങ്ങുന്നു. എന്നാൽ മൗനത്തേക്കാൾ വാചാലമായി ഈ കവിതകൾ നിങ്ങളോട് സംസാരിക്കുമെന്ന് ഞാൻ വിശ്വസിക്കുന്നു. നമുക്ക് ഒരുമിച്ച് ഈ അക്ഷരയാത്ര തുടരാം.

സ്നേഹാദരങ്ങളോടെ,

രൂപേഷ് കണ്ണാപ്പള്ളി

അവതാരിക: കൂട്ടം തെറ്റാത്ത കവിതകൾ - സന്ധ്യ പലേരി

മലയാളത്തിന്റെ എഴുത്തുവഴിയിലേക്ക് ഒരു പുതിയ സാഹിത്യകാരൻ കൂടി. കൂട്ടം തെറ്റാത്ത കവിതകളുമായി ഒറ്റക്കൂട്ടം പ്രകാശിതമാകുന്നു. രൂപേഷ് കണ്ണാപ്പള്ളി എന്ന എഴുത്തുകാരൻ സമൂഹത്തിനു ഒരു മുതൽക്കൂട്ടാകും എന്നതിൽ സംശയമില്ല. ആദ്യപുസ്തകം എന്ന വിശേഷണം മാറ്റി നിർത്തിയാൽ വായനാനുഭവം കൊണ്ടും കുടുംബപാരമ്പര്യം കൊണ്ടും എഴുത്തുവഴിയിലേക്ക് വരേണ്ട ഒരു സാഹിത്യകാരനാണ് രൂപേഷ്. നൂറിലധികം കവിതകൾ അടങ്ങിയ "ഒറ്റക്കൂട്ടം" എന്ന കവിതാ സമാഹാരവുമായി സമൂഹത്തിന് മുന്നിലേക്ക് വരുമ്പോൾ ഒരു നാട്ടുകാരി എന്നതിൽ ഞാനും വളരെ സന്തോഷവതിയാണ്.

കൈവഴക്കമുള്ള ഒത്തിരി മുഹൂർത്തങ്ങൾ വായനക്കാരന് സമ്മാനിക്കാൻ ഈ കവിക്ക് സാധിച്ചിട്ടുണ്ട്. ഈ പുസ്തകത്തിലൂടെ കവിയുടെ സർഗ്ഗഭാവന വെളിച്ചം കാണുകയാണ്. കാണുന്നതും കേൾക്കുന്നതും

അനുഭവിക്കുന്നതും കവിയുടെ മനോമുകുരത്തിൽ പ്രതിഫലിക്കുന്നു. ജീവിതാനുഭവങ്ങൾ കനലുകളായി എരിയുമ്പോൾ ഒരു കവിഹൃദയം എഴുതാതിരിക്കുന്നതെങ്ങനെ?.. അതായിരിക്കാം ഈ പുസ്തകത്തിന്റെ പിറവിക്ക് കാരണം. രൂപേഷ് എന്ന എഴുത്തുകാരന്റെ 'ഒറ്റക്കൂട്ടി'ന്റെ അകത്തളങ്ങളിലൂടെ സഞ്ചരിക്കുമ്പോൾ ഓരോ എഴുത്തും നമ്മെ ചിന്തിപ്പിക്കും ആഹ്ലാദിപ്പിക്കും. ആ അനുഭവങ്ങൾ നമ്മുടേതുകൂടി ആകുന്നു എന്നിടത്താണ് ഒരു കവിയുടെ വിജയരഹസ്യം. അങ്ങനെയെങ്കിൽ രൂപേഷ് കണ്ണാപ്പള്ളി എന്ന കവി വിജയിച്ചിരിക്കുന്നു എന്ന് സംശയലേശമന്യേ ഞാൻ പറയും. ഈ പുസ്തകത്തെ കുറിച്ച് ഒരു അവതാരിക എഴുതാൻ സാധിച്ചതിൽ ഏറെ സന്തോഷമുണ്ട്.

ഞങ്ങൾ ഒരേ നാട്ടുകാർ ആയതുകൊണ്ടാകാം കവിയുടെ 'ഒറ്റക്കൂട്ട' വരികളോടു സംവദിക്കാൻ എനിക്ക് എളുപ്പം സാധിച്ചിട്ടുണ്ട്. 'കരിയും കനലും' 'രണ്ട് അപ്പന്മാർ' 'തെയ്യക്കാലം' 'തറവാട്ടിലെ തെയ്യം' എന്നിങ്ങനെയുള്ള കവിതകളിൽ ഇറങ്ങിചെല്ലുമ്പോൾ ആ നാടും, നാടിന്റെ വിശ്വാസങ്ങളെ മുറുകെ പിടിക്കുന്ന മനുഷ്യരും, ഓർമ്മകളിലെ ഗ്രാമത്തിന്റെ ഭംഗിയും, ബാല്യകാലത്തിന്റെ വിസ്മരിക്കാൻ കഴിയാത്ത മാധുര്യവും, സ്നേഹത്തിന്റെ ഒത്തുചേരലും എല്ലാം മനോഹരമായി കവി വർണ്ണിച്ചിരിക്കുന്നു.

'കുഴൽപ്പാടിക്കുന്നിലെ കണ്ണൻ' എന്ന കവിതയിൽ "കുഴലൂതി നിൽക്കുന്ന കണ്ണനായ് പണ്ട്" എന്ന് കവി ഓർമ്മിക്കുന്നു. ബാല്യത്തിന്റെ നിഷ്കളങ്കതയും മായാതെ മറയാതെ

ഹൃദയാഴങ്ങളിൽ പഴയകാല ഓർമ്മകളാൽ തെളിഞ്ഞു നില്ക്കുന്നു.

'പിതൃദാനവും അറിവിന്റെ ദാനവും' എന്ന കവിതയിൽ "അച്ഛനെനിക്ക് പകർന്നു തന്നൊരാ / അക്ഷരലോകം തൻ വലിയൊരു സ്വത്ത്" ആ അക്ഷരങ്ങളെ സാഹിത്യപദങ്ങളായി വർണ്ണവൈവിധ്യങ്ങളാൽ മനോഹരമാക്കാനും ആധുനിക കവിതകളുടെ സങ്കീർണ്ണ വഴിത്താരകളിൽ നിന്ന് വ്യത്യസ്തമായി ഒരു പുതിയ പാത തുറക്കാനും കവിക്ക് സാധിച്ചിട്ടുണ്ട്.

"വർണ്ണങ്ങളിലെ വിരോധാഭാസം" എന്ന കവിതയിൽ അഴകാർന്ന വർണ്ണങ്ങൾ ചുറ്റിനും അഹങ്കാരപ്പീലി വിടർത്തുമ്പോൾ കറുപ്പും വെളുപ്പും മൗനം പാലിക്കുന്നു എന്ന് പറയുന്നതോടൊപ്പം "പുച്ഛിച്ചു തള്ളുന്ന ലോകത്തിൻ കണ്ണിൽ ഞങ്ങളില്ലാതെ ഒരു ചായവുമില്ല" എന്ന പരമ സത്യവും വരച്ചു ചേർക്കുന്നു.

കുടുംബത്തോടുള്ള കവിയുടെ ഇഴയടുപ്പവും തന്റെ ജീവിതത്തിൽ എത്രത്തോളം അവരുടെ സ്വാധീനമുണ്ടെന്നും 'എന്റെ മക്കൾ' 'പേരിലൊരു പുഴയെ ഒളിപ്പിച്ചവൾ' എന്നിങ്ങനെയുള്ള കവിതകളിൽ കൂടി വായനക്കാരുടെ മുൻപിൽ തുറന്നു വയ്ക്കുന്നു. 'സരിത' എന്ന തന്റെ പ്രാണപ്രേയസിയെ തൂലികത്തുമ്പിലെ മഷിയായും തന്റെ വരികളിലെ പ്രണയമായും ജീവിതാന്ത്യം വരെ കൂട്ടായും തണലായും സാന്ത്വനമായും കവി ചേർത്തുനിർത്തുന്നു. മൗനം തടവറയായിരുന്ന ഒരു കാലത്തെയും ആ തടവറ ഭേദിച്ച് പ്രിയപ്പെട്ടവളുടെ കടന്നുവരവും അവളുടെ സ്നേഹപ്രവാഹത്തിൽ മൗനം

പ്രണയമായി മാറുന്നതും വരികളിലൂടെ പ്രതിബിംബിച്ചു കാണാം.

'അനുസ്വാരത്തിന്റെ മനോഹാരിത' എന്ന കവിതയിലൂടെ നമ്മുടെ കേരളത്തെ ചേർത്തുപിടിക്കാനും കവി മറന്നില്ല. കേരള കേരളം ആക്കിയതിന്റെ സന്തോഷം എടുത്തു കാട്ടുന്നു.

ഇപ്പോഴത്തെ പുതിയ ട്രെൻഡിനനുസരിച്ചു നീങ്ങുന്നുണ്ടെങ്കിലും അത് എഴുത്തുകാരന്റെ ജീവിതത്തിലോ മനസ്സിലേക്കോ കയറുന്നില്ല. 'മുഖമില്ലാത്ത മുഖപുസ്തകത്തിൽ' "ചായം തേക്കാത്ത സത്യം പോലെ തെളിഞ്ഞ മുഖമാണ്" തന്റെ മനസ്സ് ഇഷ്ടപ്പെടുന്നത് എന്ന കവിയുടെ വാക്കുകൾ ഇത് തെളിയിക്കുന്നു. യുവതലമുറയുടെ കൊറിയൻ ട്രെൻഡും അതിനോട് മത്സരിക്കുന്ന പഴയകാല സംഗീതവും ഒക്കെ അതിലേക്കാണ് വിരൽചൂണ്ടുന്നത്.

മനുഷ്യത്വമില്ലാത്ത മർത്യരുടെ ചെയ്തികളും മൃഗങ്ങളെ ഭക്ഷണമാക്കുന്ന ആർത്തിമൂത്ത മനുഷ്യരുടെ മൃഗത്തേക്കാൾ ക്രൂരമായ മനസ്സിനെയും തുറന്നു കാട്ടാൻ കവി വിമുഖത കാണിക്കുന്നില്ല. സമകാലസംഭവമായ യുദ്ധവും, ആലിൻ എന്ന മാലാഖകുഞ്ഞിന്റെ മഹാദാനവും ഈ കവിതാ പുസ്തകത്തിൽ നമുക്ക് കാണാം.

വായന എന്ന വ്യായാമം എത്രമാത്രം കവിയിൽ സ്വാധീനം ചെലുത്തിയിട്ടുണ്ടെന്ന് വ്യക്തമാക്കുന്ന ഒട്ടനവധി ഉപമകൾ കവിതയിലുടനീളം വ്യാപരിച്ചു നില്ക്കുന്നുണ്ട്. അവ താൻ കടന്നുപോകുന്ന വഴികളിലെ സന്ദർഭങ്ങളും സാഹചര്യങ്ങളും മനുഷ്യരുമായും താരതമ്യം ചെയ്യുകയും ചെയ്യുന്നു

എന്നിടത്താണ് മറ്റുള്ളവരിൽ നിന്നും കവി വ്യത്യസ്തനാകുന്നത്. ഉറക്കം വരാത്ത രാത്രികളിൽ തന്റെ മനസ്സിന്റെ ഉള്ളറകളിൽ നിന്ന് പുറത്തേക്കു വരുന്ന പറഞ്ഞറിയിക്കാൻ കഴിയാത്ത അനുഭവങ്ങളെ "വാക്കുകൾ പിറക്കാനുള്ള ഒരു പ്രസവവേദനയാണോ?" എന്ന് പോലും കവി സംശയിക്കുന്നു.

അങ്ങനെ ഓരോ കവിതയും വായനാനുഭവവും വായനാ സുഖവും പകരുന്ന ലളിതമായ ശൈലിയിലൂടെയും ഭാഷയിലൂടെയും നമ്മളെ ഒരു കാന്തം പോലെ വലിച്ചടുപ്പിക്കുന്നു. ഓരോ കവിത വായിക്കുമ്പോഴും ഇത് എന്റേത് കൂടിയാണ് അല്ലെങ്കിൽ എന്റെ പരിചയത്തിൽ ഉള്ള അഥവാ ചുറ്റുപാടിലുള്ള ആരുടെയോ ജീവിതമാണല്ലോ എന്ന് തോന്നിപ്പിക്കുന്ന വരികളാൽ ഈ ഗ്രന്ഥം സമ്പുഷ്ടമാണ്. "അക്ഷരങ്ങളുടെ മധുരലഹരി"യിൽ എഴുത്തുകാരൻ പറഞ്ഞതുപോലെ "അക്ഷരങ്ങൾ ലഹരിയാണ് / ശരീരത്തെ തളർത്തുന്ന ലഹരിയല്ല മനുഷ്യനെ ഉണർത്തുന്ന ദിവ്യ ഔഷധം."

എഴുത്തിന്റെ നിദ്രവിഹീന രാവുകളിൽ ഇനിയും അക്ഷരങ്ങളുടെ ലോകത്ത് പറന്നുയരാൻ തന്റെ

സർഗ്ഗാത്മകതയാൽ സാഹിത്യനഭസ്സിൽ വിഹരിക്കാൻ രൂപേഷ് കണ്ണാപ്പള്ളി എന്ന എഴുത്തുകാരന് സാധിക്കട്ടെയെന്നു ആത്മാർത്ഥമായി ആശംസിക്കുന്നു.

സസ്നേഹം

സന്ധ്യ പലേരി

II. ഭക്തിയും തറവാട്ടുപുണ്യവും (Faith & Heritage)

വിഘ്നേശ്വര സന്നിധിയിൽ

തേങ്ങയുടച്ചു ഞാൻ കൈകൂപ്പി നിൽക്കുന്നു,
പുതിയൊരു യാത്രതൻ പുണ്യതീരത്ത്.
ആരാണ് എന്നിൽ അക്ഷരം പെയ്യുന്നത്?
ആരാണ് ചിന്തതൻ ലഹരി പകരുന്നത്?

മോദകവും മലരും തേൻപഴവും നൽകി-
തുമ്പിമുഖാ നിന്നെ വണങ്ങി നിൽപ്പു ഞാൻ.
വ്യാസന്റെ തൂലികയ്ക്ക് വേഗം കൊടുത്തവൻ,
ഈ പുഴുവിനെയും തളരാതെ താങ്ങണേ!

മണ്ണിൽ ഇഴയുന്ന വെറുമൊരു പുഴുവല്ല-
പൂമ്പാറ്റയാകാൻ വെമ്പുന്നൊരാത്മാവ്.
അതിമോഹമെങ്കിൽ പൊറുക്കേണമെൻ നാഥാ,
അറിവിന്റെ ആകാശം എനിക്കും നൽകണേ!

ഇരുളും വെളിച്ചവും കറുപ്പും ചുവപ്പും-
ഇഴചേർന്നൊരീ ജീവിത യാത്രയിൽ,
വിഘ്നങ്ങളില്ലാതെ അക്ഷരപ്പൂക്കളായ്-
വിരിയാൻ കനിഞ്ഞീടണേ വിനായകാ!

കുഴൽപ്പാടിയിലെ കണ്ണൻ

കുഴൽപ്പാടി കുന്നിന്റെ താഴ്വാരമണ്ണിൽ,
കുഴലൂതി നിൽക്കുന്നൊരു കണ്ണനായ് പണ്ട്.
പൂവാലിപ്പശുവിന്റെ സ്നേഹവും കൂട്ടി-

കുന്നിൻ ചരിവുകളിൽ അലഞ്ഞോരുകാലം!

അന്ന് രാധയെന്റെ ഉള്ളിൽ പൂത്തിരുന്നോ?
ആരെങ്കിലും എന്നെ കാത്തിരുന്നോ?
യമുനതൻ തീരമല്ലീ കുന്ന്, എങ്കിലും-
മനസ്സിലൊരു വൃന്ദാവനം വിരിഞ്ഞല്ലോ!

ഇന്നീ യാത്രയിൽ ഞാനൊരു കൃഷ്ണനല്ല,
രുഗ്മിണിമാരില്ലാ രാമനായ് മാറി.
പക്ഷേ, വനവാസക്കനലിലും തളരാതെ-
എന്റെ സീത എന്നും കൂടെയുണ്ട്!

രാധയായ് വന്നവൾ സീതയായ് മാറി,
യാത്രയിൽ താങ്ങായ്, തണലായ് പടർന്നു.
കുഴൽപ്പാടി കുന്നിലെ ആ പഴയ പാട്ട്-
ഇന്നെന്റെ ഉള്ളിലെ ശ്വാസമായ് മാറുന്നു!

രണ്ടു അപ്പന്മാർ

മുത്തപ്പനെന്നും അയ്യപ്പനെന്നും-
പേരുകൾ രണ്ടുണ്ടെൻ അപ്പന്മാർക്ക്.
വാതിലുകൾ എന്നും തുറന്നിടും ദേവർ,
വരുന്നവരെയെല്ലാം ഒന്നായ് പുൽകും!

തത്വമസിയെന്ന സത്യമോതി-
ഭക്തനെ ദൈവമായ് മാറ്റും അയ്യൻ.
വാവർ സ്വാമിയെ ചാരെ നിർത്തി-

മൈത്രിതൻ ഗീതങ്ങൾ പാടും സ്വാമി!

നിന്റകത്തല്ലേ ദൈവമിരിപ്പൂ-
എന്നുണർത്തുന്നൊരാ സുന്ദരദർശനം.
മുത്തപ്പനോ തനി നാടൻ ചന്തം,
കരുണതൻ ഉറവയായ് വാഴുന്നവൻ!

ജാതി ചോദിക്കില്ല മതം നോക്കില്ല,
അന്നവും പാനീയവും നൽകും നാഥൻ.
കിടക്കാനൊരു പായയും നൽകും മണ്ണിൽ-
മുത്തപ്പനോളമുണ്ടോ വേറെയാരും?

ആത്മീയ സത്യങ്ങൾ കയ്യിലൊതുക്കി-
അന്നവും അറിവും പകർന്നു നൽകി-
രണ്ടു പേരും എന്റെ കൂടെയുണ്ട്,
വഴികാട്ടിയായി ജീവിതയാത്രയിൽ!

തെയ്യക്കാലം

വിഷു വരുന്നു, പിന്നാലെ വർഷവും ഓണവും...
കൈനീട്ടമായി കിട്ടുന്ന ചില്ലറത്തുട്ടുകൾ,
പിന്നെ ചുട്ടുപൊള്ളുന്ന പറമ്പിൽ നിന്ന്
പെറുക്കിയെടുത്ത കശുവണ്ടികൾ വിറ്റ കാശും!

അതൊക്കെയും ട്രൗസറിന്റെ പോക്കറ്റിൽ ഭദ്രമായി വെച്ച്
കാവിലെ ഉത്സവത്തിന് വെല്ലുപ്പിനെ പായും.
തെയ്യത്തിന് സമർപ്പിക്കാൻ അമ്മ തരുന്ന പണം-

അത് വേറെ, ഉള്ളിലുള്ള ആഗ്രഹം വേറെ!

കാവിനു ചുറ്റുമുള്ള ആ മായച്ചന്തയിൽ
മൗത്ത് ഓർഗാനും, പൊട്ടാസും, മത്തങ്ങാ ബലൂണും...
തീർന്നില്ല, ആ തണുത്ത ഐസ് മിഠായിയിൽ
എന്റെ കശുവണ്ടിപ്പണം അലിഞ്ഞു തീരും!

ഉച്ചയാകുമ്പോൾ തൊഴാൻ വരുന്ന അമ്മ-
പിന്നെ അമ്മയുടെ കൈവിരലിൽ തൂങ്ങി
ആ ചന്തയിലേക്ക് വീണ്ടും ഒരു യാത്ര!

ആ പഴയ കുട്ടി ഇന്നും എന്റെ ഉള്ളിലിരുന്ന്
ആ ചന്തയിലെ കൗതുകങ്ങൾ തിരയുന്നു...

തറവാട്ടിലെ തെയ്യക്കാലം

തറവാട്ടിൽ വീണ്ടും ഒരു തെയ്യക്കാലം!
അകന്നുപോയവരെല്ലാം അരികിലെത്താൻ
ആരോ പണ്ട് കോറിയിട്ടതാകുമോ ഈ ചടങ്ങുകൾ?
അണുകുടുംബത്തിന്റെ ഒറ്റപ്പെടലുകളിൽ
ഈ കൂടിച്ചേരലുകൾ ഇന്നൊരത്യാവശ്യമല്ലേ!

തിരുമുറ്റത്ത് തോറ്റം പാട്ടുകൾ ഉണർന്നു,
ഉച്ചിട്ടയും പരദേവതയും വിഷ്ണുമൂർത്തിയും
കനലാടി വന്ന് കൺകുളിർക്കെ അനുഗ്രഹിച്ചു.
ചാമുണ്ഡിയും, ഗുളികത്തറയിൽ ഗുളികനും-
തറവാട്ടുകാർക്ക് തുണയായി കൂടെയുണ്ട്.

അനുഗ്രഹം ചൊരിയുന്ന ദൈവങ്ങൾ...
സന്തുഷ്ടരായ ബന്ധുജനങ്ങൾ...
ചിരപുരാതനമായ ആ തറവാട്ടു മുറ്റത്ത്
സ്നേഹത്തിന്റെ മറ്റൊരു തെയ്യക്കോലം കൂടി!

ചുവപ്പിന്റെ അഗ്നിനൃത്തം

കണ്ടനാർ കേളൻ...
കനലിൽ ചവിട്ടി നിൽക്കുന്ന ആ കൗതുകം!
തീയിലൂടെയുള്ള നിന്റെ ആ ചാട്ടവും,
മുഖത്തെഴുത്തിലെ ആ വന്യസൗന്ദര്യവും...
എല്ലാം ചുവപ്പ്!

ദൈവങ്ങൾ 'ചുവപ്പാ'ണോ?
തുടക്കത്തിൽ ജീവന്റെ തുടിപ്പായ ചുവപ്പ്,
ഒടുവിൽ സൂര്യൻ കടലിൽ അലിയുന്ന ചുവപ്പ്...
ആ ചുവപ്പിന്റെ അഴക് തേടിയല്ലേ
നീ കന്യാകുമാരിയുടെ കടൽത്തീരം വരെ പോയത്?

പെണ്ണിന് ചുവപ്പ് അണിഞ്ഞൊരുങ്ങാൻ അഴകാണ്,
നെറ്റിയിലെ സിന്ദൂരമായും ചുണ്ടിലെ ശോഭയായും.
പക്ഷേ തെയ്യങ്ങൾക്കോ?
തെയ്യത്തിന് ചുവപ്പ് ആത്മാവാണ്...
അഗ്നിയുടെയും അതിജീവനത്തിന്റെയും
തീക്ഷ്ണമായ പോരാട്ടത്തിന്റെ നിറം!

കണ്ടനാർ കേളൻ (റീൽസിലൊതുങ്ങാത്ത കനൽ)

ഇൻസ്റ്റാഗ്രാം കാലത്തെ കേളനാണോ ഞാൻ?
എന്റെ തീയാട്ടം നിങ്ങൾക്കൊരു കാഴ്ചയോ?
അന്നുമിന്നും ഞാൻ കണ്ടനാർ കേളൻ,
കത്തുന്ന കാടിൻ നടുവിൽ മരിച്ചവൻ!

എനിക്കീ കേളി വേണ്ട, പുകഴ്ത്തലുകൾ വേണ്ട,
ഭക്തർ തൻ കണ്ഠമിടറുന്നതു കണ്ടാൽ മതി.
ഞാൻ തീയിൽ ചാടുന്ന നേരം നിങ്ങളീ-
ചിത്രങ്ങൾ പകർത്താൻ വരേണ്ടയാരും!

എത്ര കാലമായി ഞാനീ മണ്ണിൽ വന്നിട്ട്,
എത്ര യുഗങ്ങളായ് കനലിൽ കുളിച്ചിട്ട്!
കാഴ്ച്ചക്കാർക്കല്ല, നോവുന്ന മനസ്സിനാണമ്മേ...
ഞാനിന്ന് ഉടയാട ചാർത്തുന്നത്.

എന്റെ കത്തുന്ന ഉടൽ വെറുമൊരു ഫോട്ടോയോ?
എന്റെ നെഞ്ചിലെ തീ വെറുമൊരു വെളിച്ചമോ?
അടച്ചുവെക്കൂ നിൻ ആധുനിക യന്ത്രങ്ങൾ,
അകംകണ്ണാൽ കാണൂ കണ്ടനാർ കേളനെ!

മേലരിയിൽ അണയുന്ന നൊമ്പരങ്ങൾ

ചെണ്ടതൻ താളം മുറുകുന്ന നേരം,
ഉള്ളിലൊരു മേലേരിയറിയുന്നു ഞാൻ.
അഗ്നികുണ്ഡം പോലെരിയും വ്യഥകൾ,
അമ്മേ... നീയിന്നൊന്നു മായ്ക്കുമോ?

ശ്രീഭൂതമെത്തി വിളംബരം ചെയ്തു,
ചാമുണ്ഡിയും വിഷ്ണു മൂർത്തിയും വന്നു.
പരദേവതയും ഗുളികനും ആടുമ്പോൾ,
ഉചിട്ടമ്മ തൻ ചിരട്ടകൾ കിലുങ്ങുന്നു.

മേലെരി തന്നിലെ കനലുകൾക്കിടയിൽ,
എന്റെ സങ്കടങ്ങൾ നീ ചവിട്ടി മെതിക്കൂ.
അമ്മേ... ഉചിട്ടമ്മേ... അനുഗ്രഹിക്കൂ,
ഈ മണ്ണിലെ പരീക്ഷണങ്ങൾ തീർക്കൂ.
ആത്മവിശ്വാസത്തിൻ വെളിച്ചം പകരൂ.
അക്ഷരക്കൂട്ടിലൊരു കുഞ്ഞായി ഞാനിന്ന്-
നിൻ കാൽക്കൽ തലചായ്ച്ചു നിൽക്കുന്നു!

ഉചിട്ടമ്മയും മേലരിയും

പുലർച്ചെ തണുപ്പിൽ തറവാട്ടു മുറ്റത്ത്,
വണ്ടിയിറങ്ങിയ നേരം ഞങ്ങളും മക്കളും.
മഞ്ഞുകണങ്ങൾ മെല്ലെ തലോടുമ്പോൾ,
തെയ്യം ഉണരാൻ തുടങ്ങുന്ന നേരമായി.

മുഖത്തെഴുത്തിൻ ചായങ്ങൾ വിരിയുന്നു,
ഭക്തിതൻ ഈണങ്ങൾ പാടിത്തുടങ്ങുന്നു.
കത്തിജ്വലിക്കുന്നു അതാ മേലരി-
ഉചിട്ടമ്മതൻ വിശുദ്ധമാം അഗ്നികുണ്ഡം!

ചിരട്ടയും കയ്യിലേന്തി തമാശകൾ ചൊല്ലി,
നമ്മുടെ സ്വന്തം ഉചിട്ടമ്മ എത്തുന്നു.

കുട്ടികൾ തൻ തണുപ്പൊന്നു മാറ്റുവാൻ-
അമ്മയൊരുക്കിയതാണോ ഈ മേലരി?

അഗ്നിയിലാടിത്തീർക്കും കലിയല്ലിത്,
അമ്മതൻ വാത്സല്യച്ചൂടല്ലോ ഈ കനൽ!
തറവാട്ടിലെ മഞ്ഞുരുകുമ്പോൾ,
ഉചിട്ടമ്മതൻ ചിരിയിൽ ലോകം തെളിയുന്നു.

നീലകണ്ഠന്റെ മണ്ണും മാനവേദന്റെ നഗരവും

കാളകൂട വിഷം കണ്ഠത്തിലൊളിപ്പിച്ച-
നീലകണ്ഠൻ വാഴും പുണ്യഭൂമി.
തളിയും മന്നൻപുറവും കാവലായ് നിൽക്കെ,
ഇടയിലെവിടെയോ ഉണരുന്നു ഞാൻ.

രാജകൊട്ടാരവും അതിനു മുന്നിലെ കുളവും,
പഴമതൻ ഗന്ധമുള്ള ഓരോ വഴികളും-
എന്നിലെ എന്നെ ഉണർത്തിയതാണോ?
എൻ ജന്മത്തിൻ പൊരുൾ തെളിച്ചതാണോ?

ജീവിത സായാഹ്നത്തിൻ ചായുറക്കത്തിൽ,
ഇനിയെന്തെങ്കിലും ബാക്കി ഉണ്ടോ എനിക്ക്?
പലപ്പോഴും പരാജയമെന്നു കരുതിയീ ജീവിതം,
പലവട്ടം എന്നെ വേട്ടയാടിയിട്ടുണ്ട്.

പക്ഷേ, നീലേശ്വരം പകർന്നു തന്നൊരാ-
ആത്മവിശ്വാസത്തിൻ കെടാവിളക്കുണ്ട്.

മാനവേദൻ വാണ പഴയൊരു കോഴിക്കോടും,
ശിവൻ വാഴും എന്റെ സ്വന്തം നീലേശ്വരവും.

തോറ്റുപോകാത്ത മനസ്സുമായി ഞാനിതാ,
വീണ്ടും അക്ഷരക്കൂട്ടുകളിൽ പൂക്കുന്നു!

III. പ്രണയവും കുടുംബബന്ധങ്ങളും (Love & Kinship)

പേരിൽ ഒരു പുഴയെ ഒളിപ്പിച്ചവൾ

പേരിലൊരു പുഴയെ ഒളിപ്പിച്ചവൾ,
എന്റെ വരികൾക്ക് ജീവന്റെ ഒഴുക്ക് നൽകിയവൾ!
മൗനത്തിന്റെ തീരത്തിരുന്ന എന്നെ
പ്രണയത്തിന്റെ പ്രവാഹത്തിലേക്ക് കൂട്ടിക്കൊണ്ടുപോയവൾ.

ഏകാന്തതയുടെ മണൽപ്പുറങ്ങളിൽ ഞാൻ തളർന്നപ്പോൾ,
"സരിത"യെന്ന പേരിൽ നീ എനിക്ക് കുളിരായി.
എന്റെ എല്ലാ എഴുത്തിനും പിന്നിലെ ആ മഷി,
നിന്റെ ഹൃദയത്തിൽ നിന്നൊഴുകുന്ന തെളിനീരാണ്.

നീ ഒഴുകുന്നത് എന്നിലേക്കാണ്,
ഞാൻ അലിയുന്നത് നിന്നിലുമാണ്.
നിന്നിൽ അവസാനിക്കാത്ത ഒരു യാത്രയും-
നിന്നിൽ തുടങ്ങാത്ത ഒരു സ്വപ്നവും എനിക്കില്ല!

മൗനവും എന്റെ പ്രണയവും ഒന്നല്ലേ?
ഒരുകാലത്ത് ഞാൻ മൗനത്തെയായിരുന്നു
ഏറ്റവും കൂടുതൽ പ്രണയിച്ചിരുന്നത്.
ഏകാന്തതയും ആ നിശബ്ദതയും
എന്റെ പ്രിയപ്പെട്ട കൂട്ടുകാരികളായിരുന്നു.

പക്ഷേ, ഇപ്പോൾ അവരെ ഞാൻ മറന്നുവോ?
ഇല്ല, അവരിപ്പോൾ എന്നിൽ വന്ന് ചേരുന്നത്
എന്റെ മാത്രം 'പുഴയിലൂടെയാണ്'.
ആ പുഴയുടെ ഓളങ്ങളിൽ ഞാൻ ഒഴുകുന്നു,

അവളാണ് ഇപ്പോൾ എന്റെ ലോകം!
മൗനത്തിന്റെ തടവറയിലല്ല ഞാൻ,
പകരം—
എന്റെ പ്രിയതമയെന്ന പ്രവാഹത്തിൽ
സ്വയം മറന്നൊഴുകുന്ന ഒരു കനൽ മാത്രമാണ്.
അവളാണ് എന്റെ എല്ലാം!

നല്ല പകുതി

എന്റെ മൗനത്തിനും എന്റെ വാക്കുകൾക്കും
ഒരേപോലെ കൂട്ടിരിക്കുന്നത് അവളാണ്...
ഞാൻ കുറിക്കുന്ന ഓരോ വരിയുടെയും
കനലും തണലും എന്റെ പ്രിയതമയാണ്.

അവളാണ് എന്റെ എല്ലാം,
എന്റെ ലോകവും എന്റെ പ്രബോധനവും!
മനസ്സിൽ തികട്ടുന്ന പ്രസവവേദനകളെ
പേപ്പറിലേക്ക് പകർത്തുമ്പോൾ
അതറിയുന്ന ഒരേയൊരു ഹൃദയം.

എന്റെ ഓരോ എഴുത്തിനു പിന്നിലും
മഷിയായും സ്നേഹമായും അവളുണ്ട്.
അതുകൊണ്ട് തന്നെ എന്റെ ഈ യാത്രയിൽ
ഞാൻ ഒരിക്കലും ഒറ്റയാകുന്നില്ല!

ഒന്ന് മതിയോ?
ഒന്നല്ലേ നല്ലത്?

മനസ്സിലേക്ക് വീണ്ടും ചിലത് വരുന്നുണ്ടെങ്കിലും
ഒന്നാണ് നല്ലതെന്ന് ഞാൻ എന്നോടുതന്നെ പറഞ്ഞു.
അങ്ങനെ രണ്ടിനെ ഞാൻ പടിയടച്ചു പുറത്താക്കി,
എന്നിട്ട് ആ രണ്ടിനെക്കുറിച്ച് ഒന്നിനോട് പറഞ്ഞു!

ജീവിതം ഒന്നേയുള്ളൂ—
അതുകൊണ്ട് പ്രിയപ്പെട്ടതെല്ലാം ഒന്നാകുന്നതല്ലേ ഭംഗി?
നമുക്ക് ആവശ്യം ഒന്നാണ്...
എങ്കിലും ചിലത് മാത്രം രണ്ട് വേണം,
അത് മാത്രം... രണ്ട് മത

എന്റെ മക്കൾ

ശ്രീയ എന്നും അമേയ എന്നും പേര്,
എന്റെ ഹൃദയവും കരളും അവർ തന്നെ!
ലച്ചുവായും അമ്മുവായും എന്റെ വീടിനെ
സ്വർഗ്ഗമാക്കുന്ന രണ്ട് മാലാഖമാർ.

ആരോടാണ് കൂടുതൽ ഇഷ്ടമെന്ന് ചോദിച്ചാൽ-
ഇന്നുമെന്റെ മറുപടി ആ നിശബ്ദതയാണ്.
ആദ്യം വന്നവളാണോ അതോ രണ്ടാമത്തവളാണോ?
ഇല്ല... എന്റെ പ്രാണൻ രണ്ടായി വിരിഞ്ഞതല്ലേ അവർ!

അവരുടെ മിഴികളിൽ ഒരു തുള്ളി നിറഞ്ഞാൽ,
അതൊഴുകുന്നത് എന്റെ കണ്ണുകളിലൂടെയാണ്.
എന്റെ ലോകത്തെ ചിരികളെല്ലാം അവർക്ക് നൽകി
അവരുടെ സങ്കടങ്ങൾ ഞാൻ ഏറ്റുവാങ്ങും.

പതിനാറിലും പതിനാലിലും എത്തിയെങ്കിലും
അവർ വലുതായെന്ന് എനിക്ക് തോന്നുന്നില്ല;
ഇന്നുമെന്റെ വിരൽ തുമ്പിൽ തൂങ്ങി നടക്കുന്ന
എന്റെ പ്രിയപ്പെട്ട കൈക്കുഞ്ഞുങ്ങൾ തന്നെ!

എന്റെ അമ്മു

പകുതിയേക്കാൾ എന്നെ അറിയുന്നവൾ,
പാതി മയക്കത്തിലും ചായയുടെ കടുപ്പം നോക്കുന്നവൾ!
മുംബൈയിലെ മസാല ചായയേക്കാൾ-
ബാംഗ്ലൂരിലെ ചെറിയ കപ്പിനേക്കാൾ-
എനിക്കിന്ന് ലഹരി എന്റെ അമ്മു നൽകുന്ന ചായയാണ്.

അവളുടെ കൈകളിൽ സ്നേഹത്തിന്റെ പാകമുണ്ട്,
നോട്ടത്തിൽ അച്ഛനോടുള്ള കരുതലിന്റെ ചൂടുണ്ട്.
പതിനാറിലും പതിനാലിലും നിൽക്കുന്ന എന്റെ മക്കൾ,
അവർക്കിടയിൽ എന്റെ രുചിയറിയുന്ന എന്റെ അമ്മു...

അവൾ പകരുന്ന ഓരോ തുള്ളി ചായയിലും
മകളുടെ വാത്സല്യത്തിന്റെ വലിയൊരു കടലുണ്ട്!

പിതൃദാനവും അറിവിന്റെ ദാനവും

അച്ഛനെനിക്കു പകർന്നു തന്നൊരാ,
അക്ഷരലോകം തൻ വലിയൊരു സ്വത്ത്.
നൂറു ക്ലാസ്സിക്കുകൾ കാത്തു വെച്ചേൻ ഞാൻ,

നൂതനലോകത്തെ മക്കൾക്കായി.
കാലം കടന്നുപോയ്, വായന മങ്ങിപ്പോയ്,
കണ്ടില്ല മക്കളീ അറിവിൻ നിധി.
താളുകൾക്കുള്ളിൽ ഉറങ്ങുന്ന സത്യങ്ങൾ,
താലോലിക്കാനവർ വന്നതുമില്ല.

ഉപകരിക്കാത്ത പണമൊരു പാഴ്ജന്മം,
ഉപയോഗിക്കാത്ത പുസ്തകം പാഴ്കടലാസ്.
അച്ഛൻ തന്നൊരാ അറിവിൻ സുഗന്ധത്തെ,
അന്യന്റെയുള്ളിൽ പടർത്തുന്നു ഞാൻ.

ദാനം നൽകട്ടെ, വിദ്യതൻ ഭണ്ഡാരം,
ദീപം കൊളുത്തട്ടെ മറ്റൊരാൾക്കുള്ളിൽ.
വായന കൊതിക്കുന്നൊരാൾ കൈകളിൽ,
വിലമതിപ്പില്ലാത്ത പുസ്തകം മാറട്ടെ.

അക്ഷരമുത്തുകൾ ആർക്കും സ്വന്തമല്ല,
അറിവു പകർന്നു നൽകുന്നതേ നീതി.
അച്ഛൻ തന്നൊരു മഹത്തായ സ്വത്തിതാ,
ആവശ്യമുള്ളവർക്കായി നൽകുന്നു ഞാൻ.

പാവയാം അമ്മയും പച്ചയാം ജീവനും

ജീവനില്ലാത്തൊരു പാവക്കുട്ടിക്ക്-
ജീവനുള്ളൊരു മകൻ!
കുരങ്ങു കുട്ടിക്ക് ആ പാവയമ്മ-
തന്റെ ലോകം തന്നെയാണല്ലോ.

തെരുവിൽ അലയുന്ന മനുഷ്യ കുഞ്ഞിനും
ഇതുപോലൊരു തണൽ കിട്ടുമോ ഈ ലോകത്ത്?

തന്റെ 'അമ്മയ്ക്ക്' ശ്വാസമില്ലെന്നറിയുമ്പോൾ,
ആ കണ്ണുകൾക്ക് വെറുമൊരു പ്ലാസ്റ്റിക്
തിളക്കമൊണ്ണെന്നറിയുമ്പോൾ-
അവന്റെ ആ കുഞ്ഞു മനസ്സ് എങ്ങനെ തകരും?
തൊടുമ്പോൾ കിട്ടുന്ന ആ തണുപ്പ്-
സ്നേഹമല്ല, മരണമാണെന്ന തിരിച്ചറിവ്
അവനെ എങ്ങോട്ടാകും കൊണ്ടുപോകുക?

ദൈവമേ... നീ സൃഷ്ടിക്കുന്ന ഓരോ ജീവനും
ഒരു അമ്മയെ കൂടി നൽകണേ!
അതിനൊരു തിരിച്ചറിവ് വരുന്നത് വരെയെങ്കിലും
ആ മാറിലെ ചൂട് അവന് കൂട്ടായിരിക്കണേ!

വേർപിരിയരുത് നീ (സിദ്ധാർത്ഥനല്ല ഞാൻ)

സിദ്ധാർത്ഥനല്ല ഞാൻ, സ്നേഹബന്ധങ്ങളെ-
യുപേക്ഷിച്ചു പോകാൻ ബോധിവൃക്ഷം തേടി.
കെട്ടുപാടുകളിലീ ലൗകിക പാതയിൽ
തളച്ചിട്ടൊരാത്മാവിൻ നോവാണു ഞാൻ.
ബോധോദയത്തിന്റെ വഴിത്താരകളിലല്ല
നിൻ സ്നേഹത്തണലിലാണെന്റെ ശാന്തി.
വേർപിരിയലുകൾ നിഴലാടുമീ ലോകത്ത്
മരണം മാത്രമാകട്ടെ നമ്മെ വേർപിരിപ്പൂ.

ജീവനുള്ളപ്പോഴൊരിറ്റു വേദനയായ്-
നീ എന്നിൽ നിന്നും അകന്നു പോകരുതേ...
ആഴത്തിൽ പ്രണയിക്കും മനസ്സിന്റെ പ്രാർത്ഥന
മരണത്തോളമുള്ളൊരാ കൂട്ടുമാത്രം.

നമ്മളൊന്നായ് നടന്നൊരീ വഴികളിൽ-
നിൻ നിഴൽ വീഴാത്തൊരു പുലരി വേണ്ട.
സിദ്ധാർത്ഥനല്ല ഞാൻ, സ്നേഹിച്ചിരിക്കുവാൻ-
അവസാനശ്വാസം വരെ കൊതിപ്പവൻ മാത്രം.

സ്നേഹച്ചങ്ങല

ചങ്ങലകൾ തീർക്കുന്നത് ഭ്രാന്തരെ പൂട്ടാനോ?
അതോ നിന്നെ എതിർക്കുന്നോരെ പൂട്ടാനോ?
ഇരുമ്പിൻ തണുപ്പുള്ള ചങ്ങലയല്ലെനിക്ക്-
ഹൃദയത്തിൻ ചൂടുള്ള ബന്ധനമിഷ്ടം.

കുടുംബമെന്നൊരു ചങ്ങലതൻ കണ്ണിയായ്,
കൂടെയുണ്ടാകണം പ്രാണൻ വെടിയുവോളം.
സ്നേഹത്തിൻ നൂലുകൾ കോർത്തൊരാ ബന്ധനം-
സന്തോഷമേകുന്നോരടിമത്തമത്രേ!

ഭ്രാന്തരെ പൂട്ടിയ ചങ്ങലകൾക്കിന്നു-
ഭ്രാന്തു പിടിച്ചോരു കാലമായോ?
നിത്യവും കണ്ടു മടുത്തൊരാ ഭ്രാന്തിൻ-
സഹവാസമല്ലേ നിമിത്തമായ് തീർന്നത്?

ചിലർക്കിഷ്ടം വാഴാൻ സ്നേഹച്ചങ്ങലയിൽ,
ചിലർക്കോ സ്വാതന്ത്ര്യ ശൂന്യത മാത്രം.

എങ്കിലും ബന്ധങ്ങൾ കണ്ണികളായ് ചേരുമ്പോൾ-
ജീവിതം പൂർണ്ണമാം മുത്തുമാലയാകുന്നു!

നീ ഒരു കാന്തമാണോ?

എഴുതി വിടർത്തിയ നിൻ നയനങ്ങൾ,
ആ കരിനീലക്കണ്ണിൽ എന്താണ് ഒളിക്കുന്നത്?
ആഴക്കടലിലെ നിഗൂഢതയോ അതോ
ആരും കാണാത്ത പ്രണയത്തിന്റെ കനലോ?

പുരികക്കൊടിക്ക് മുകളിലൂടെ-
താഴേക്ക് ഒഴുകുന്ന നിൻ കൂന്തൽ ചുരുളുകൾ.
നെറ്റിയിൽ ചന്ദനപ്പൊട്ടിന് കൂട്ടായി
ചുവന്നു തുടുക്കുന്ന നിൻ സിന്ദൂരക്കുറി!

അടുക്കും തോറും ആഴ്ന്നു പോകുന്ന,
അകലും തോറും വലിച്ചടുപ്പിക്കുന്ന-
പെണ്ണേ, നീ വെറുമൊരു പുഴയല്ല,
നീയൊരു 'കാന്തം' തന്നെയല്ലേ?

നീ എന്റെ പകലും ഇരവും

സന്ധ്യമാനത്തെ ആ കടുംചുവപ്പിൽ
പ്രിയേ, ഞാൻ നിന്നെ ഓർക്കുന്നു...

നിന്റെ നീലക്കണ്ണുകളിൽ എന്നെത്തന്നെ കണ്ടിട്ട്-
വേദനയുടെ മറ്റൊരു പകൽ കൂടി കഴിഞ്ഞുപോയി!

സൂര്യനെ കണ്ടു വിരിയുന്ന താമര പോലെ,
ചന്ദ്രനെ നോക്കി പുഞ്ചിരിക്കുന്ന ആമ്പൽ പോലെ-
നീ എപ്പോഴും എന്റെ ഉള്ളിൽ വിരിഞ്ഞുനിൽക്കുന്നു.
സൂര്യന്റെ ആ ചുവപ്പും ചന്ദ്രന്റെ നിലാശോഭയും
ഞാൻ നിന്നിൽ ഒരേപോലെ കാണുന്നു.

നീയല്ലേ എന്റെ താമര? നീയല്ലേ എന്റെ ആമ്പൽ?
നിനക്ക് വെളിച്ചമേകാൻ ഞാനെന്നും-
നിന്റെ സൂര്യനും ചന്ദ്രനുമായി കൂടെയുണ്ടാകും.
ഇനിയൊരു പുലർച്ചെക്കായി, ഇനിയൊരു കൂടിക്കാഴ്ചക്കായി
ഞാൻ കാത്തിരിക്കുന്നു-
നിന്നെ എന്റെ മാറോട് അണയ്ക്കാൻ!

കടലായ ഞാൻ, പുഴയായ നീ

യാത്രകൾ ഇവിടെ അവസാനിക്കുന്നില്ല പ്രിയേ,
ഈ ഭൂമിക്ക് ചുറ്റും നിന്റെ കൈകൾ കോർത്ത്-
എനിക്ക് ഇനിയും ഒത്തിരി ദൂരങ്ങൾ പോകണം.
എന്റെ ലോകം നീയാണെന്ന് ഈ ലോകത്തോട്-
എനിക്ക് വിളിച്ചു പറയണം!

നീ ഒഴുകുന്ന പുഴയാകുമ്പോൾ...
നിന്നെ കാത്തിരിക്കുന്ന അഗാധമായ കടലാകണം എനിക്ക്.

ആയിരം മലനിരകളും താഴ്‌വരകളും താണ്ടി-
നീ വന്നുചേരുന്നത് എന്റെ നെഞ്ചിലേക്കാകണം.

നമ്മളൊന്നായി ഈ മൂലോകവും കറങ്ങട്ടെ,
അവിടെ ഞാനും നീയും രണ്ടല്ല, ഒന്നാണ്!
കടലിൽ അലിയുന്ന പുഴയെപ്പോലെ-
നമ്മുടെ പ്രണയം അനന്തമായി ഒഴുകിക്കൊണ്ടിരിക്കട്ടെ.

നിഴലിലെ സൗന്ദര്യം

ഇൻസ്റ്റതൻ ചില്ലിൽ നിൻ ചിത്രം കാണവേ,
ഞാനൊരു ക്യാമറക്കണ്ണായി മാറുന്നു.
ചുവപ്പും കറുപ്പും ഇഴചേർന്ന പശ്ചാത്തലം,
നിന്നിലെ ശോഭയിൽ ഒന്നായി അലിയുന്നു.

കറുപ്പിൻ ഗരിമയും നിൻ മുഖശോഭയും,
ഒപ്പിയെടുത്തൊരാ ലെൻസിനോടസൂയ!
ചോദിച്ചു പോയി ഞാൻ നിൻ ചാരെ വന്നു-
നീയാണോ അതോ നിൻ ചിത്രമോ സുന്ദരി?

നിൻ മുഖത്തു വീണൊരാ കറുത്ത നിഴലുകൾ,
കണ്ണുതട്ടാതിടാൻ നീ ചാർത്തിയതാണോ?
നിഴലിനും ഉണ്ടല്ലോ നിൻ ചന്തമൊത്തൊരു-
നിഗൂഢമാം ഭംഗിയും മാസ്മരികതയും!

പാസ്‌വേഡ് ഇല്ലാത്ത പ്രണയം

ഞാനും അവളും...
എന്റെ 'ഹോട്സ്പോട്ടിന്റെ' വെട്ടത്തിൽ അവളുണ്ട്,
അവളുടെ 'വൈഫൈ' തിരമാലകളിൽ ഞാനും!

നമ്മുടെ മാത്രം ഈ അദൃശ്യവലയിൽ
നമ്മൾ പരസ്പരം ചേരുന്നു, പടരുന്നു.

ഇവിടെ രഹസ്യങ്ങളുടെ പാസ്‌വേഡുകളില്ല,
തിരച്ചിലുകൾ അവസാനിക്കുന്ന ഇടം.
ഒരിക്കലും നമ്മൾ ഇത് ഓഫാക്കില്ല-
കാരണം, നമ്മളെ ചേർത്തുവെക്കുന്നത്
ഈ പ്രപഞ്ചത്തിലെ ഏറ്റവും വലിയ കണക്ഷനല്ലേ!

അദൃശ്യമായ ആ നൂലുകളിലൂടെ
എന്റെ ചിന്തകൾ അവളിലേക്കും
അവളുടെ പ്രാണൻ എന്നിലേക്കും ഒഴുകുന്നു.

മൗനത്തിന്റെ പാലാഴി

അന്നത്തെയാ യാത്രതൻ ഓർമ്മയിൽ പ്രിയനേ,
നമ്മളൊന്നായ് കണ്ടുമുട്ടിയില്ലേ?
ഉള്ളു തുറക്കാതെ നീ അന്ന് പോയപ്പോൾ
വിങ്ങുന്ന മനസ്സുമായ് ഞാൻ നിന്നു.

പിന്നീടൊരു വാരാന്ത്യ സന്ധ്യയിൽ, പടവുകളിൽ-
ആകുലനായ് നിന്നെ ഞാൻ കണ്ടു.

മിഴികളിൽ നിൻ ഉള്ളം ഞാൻ വായിച്ചറിഞ്ഞു,
മൊഴികളില്ലാതെ നാം ഒന്നായി.

ഇനി നമ്മുടെ യാത്രകൾ ഒന്നായിടേണം,
ജീവിത സായാഹ്നം വരേയും...
മൗനിയാണെങ്കിലും നിൻ മൗനത്തിൻ അർത്ഥം
പ്രിയാ, നിൻ പ്രിയ ഞാനറിഞ്ഞു.

എന്നുളിൽ അറിയാതെ പടർന്നൊരു നിന്നെ,
എന്റെ മാത്രമായി മാറ്റേണം...
ഈ നാരായണിയുടെ ഹരിയായി എന്നും,
പാലാഴിയിൽ നമുക്ക് നീന്തി തുടിക്കാം.

കുടുംബമെന്ന 'ബെൽറ്റ്'

വീടിനു കാവലിരിക്കുന്ന പട്ടിയുടെ കഴുത്തിൽ
ഒരു ബെൽറ്റുണ്ട്- ഉടമസ്ഥന്റെ അടയാളം!
അവന് രുചിയേറും ബിസ്കറ്റുണ്ട്, സുരക്ഷിതമായ വീടുണ്ട്,
പക്ഷേ, അവൻ കൊതിക്കുന്നത് ആ തെരുവിലെ
സ്വാതന്ത്ര്യത്തെയായിരിക്കില്ലേ?

എന്റെ കഴുത്തിലുമില്ലേ ഒരു അദൃശ്യമായ ബെൽറ്റ്?
'കുടുംബം' എന്ന് ലോകം വിളിക്കുന്ന സുന്ദരമായ കെട്ട്!
ഭാര്യയുടെയും മക്കളുടെയും വിശപ്പും സ്വപ്നങ്ങളും
എന്റെ ചുമലിലെ ബാധ്യതകളാണ്.
അവർക്ക് കാവലിരിക്കാൻ, അവരുടെ വയറു നിറയ്ക്കാൻ
ഞാൻ ഈ നാല് ചക്രങ്ങൾക്കിടയിൽ ഓടിക്കൊണ്ടേയിരിക്കുന്നു.

ഈ ബെൽറ്റ് എനിക്ക് സംരക്ഷണമാണ്,
പക്ഷേ ചിലപ്പോൾ ഇതൊരു ഭാരവുമാണ്.
എത്ര കാലം ഈ കെട്ട് ഞാൻ പേറണം?

കാലം എന്നെ ആറടി മണ്ണിലേക്ക് വിളിക്കും വരെ-
ഈ 'അടിമത്തം' ഞാൻ ആഘോഷിക്കണോ, അതോ
ആകുലപ്പെടണോ?

മായാത്ത നിഴൽ

ഓർമ്മതൻ ആദ്യത്തെ ചില്ലയിൽ തൂങ്ങി-
എന്നോടൊപ്പമുണ്ട് നീ നിഴലായി.
അകറ്റുവാൻ ആവതും നോക്കി ഞാൻ പലവട്ടം,
അന്യരിലഭയം തിരഞ്ഞു നടന്നു ഞാൻ.

പിണങ്ങി നീ മാറിയൊരിടത്തു മറയവേ,
ശ്വാസമൊന്നു വിട്ടു ഞാൻ മോചിതനായ്.
എങ്കിലും അറിയാതെ വീണ്ടും വന്നെത്തുന്നു,
എന്റെ തോളിലൊരു ഭാരമായ് നീ മെല്ലെ.

ചിലനേരം നെഞ്ചിലൊരു മുനയായി വേദന,
ചിലനേരം പറഞ്ഞറിയിക്കാനാവാത്ത സുഖം!
ശരീരത്തിൻ ഞരമ്പിൽ പടരുന്ന നോവാണോ,
അതോ ആത്മാവിൻ മൗനമാം ഗീതമോ?

മറ്റുള്ളവർക്കതു മനസ്സിലെ നോവാകാം,
എനിക്കെന്റെ ഉയിരിലെ താളമാണ്.
വേദനയും ഞാനും ഒന്നായി മാറുമ്പോൾ,
ലോകം മൊത്തം ഒരു മൗനമാം ലഹരി!

IV. യാത്രയും കർമ്മപഥവും
(The Life on the Road)

ടിക്കറ്റ് നൽകുന്ന ദൈവം

ബസ്സിൽ എല്ലാ ദിവസവും ഞാൻ പോകാറുണ്ട്,
പക്ഷേ, ഞാനൊരു യാത്രക്കാരനാണോ?
ഓരോരുത്തരെയും സുരക്ഷിതമായി എത്തിക്കുമ്പോൾ,
കൈനീട്ടി ടിക്കറ്റ് നൽകുമ്പോൾ-
എനിക്കു തോന്നും ഞാനൊരു 'ദൈവമാണെന്ന്'!

ജീവിതം ഒരു വലിയ യാത്രയല്ലേ?
ദൈവം അവിടെ ഒരു കണ്ടക്ടറല്ലേ?
നമ്മളെ ലക്ഷ്യസ്ഥാനത്ത് എത്തിക്കുന്ന,
നമ്മുടെ കർമ്മങ്ങളുടെ കാശ് വാങ്ങുന്ന,
ഒരു വലിയ കണ്ടക്ടർ!

ഞാനും അതല്ലേ ചെയ്യുന്നത്?
യാത്രക്കാർ വരുന്നു, പോകുന്നു...
അവരുടെ ലക്ഷ്യങ്ങൾ വ്യത്യസ്തം,
പക്ഷേ എന്റെ കയ്യിലെ ആ 'ബെൽ' മുഴങ്ങുമ്പോൾ
ജീവിതത്തിന്റെ മറ്റൊരു സ്റ്റോപ്പിലേക്ക് അവർ ഇറങ്ങുന്നു.

ചില്ലറ തെണ്ടുന്നവൻ

ബാഗ് നിറയെ നോട്ടുകളുണ്ടാവാം,
മെഷീനിൽ ടിക്കറ്റുകൾ ബാക്കിയുണ്ടാവാം...
എങ്കിലും, ഒരു രൂപയുടെ തിളക്കത്തിനായി
ഞാൻ അലയുകയാണ് ഈ ആറു ചക്രങ്ങൾക്കിടയിൽ.

കടക്കാരൻ മിഠായി നൽകി കൈ കഴുകും,

പക്ഷേ എനിക്കതിന് കഴിയില്ലല്ലോ!
മുന്നിൽ നിൽക്കുന്ന യാത്രക്കാരന്റെ ബാക്കി-
എന്റെ കടമയാണ്, എന്റെ നീതിയാണ്.

ഭിക്ഷക്കാരന്റെ പാത്രത്തിലേക്ക് നോക്കുമ്പോൾ
എന്റെയുള്ളിൽ ഒരു കുഞ്ഞു കൊതി ഉണരുന്നു.
അവൻ വയറു നിറയ്ക്കാൻ ചില്ലറ തേടുന്നു,
ഞാൻ എന്റെ യാത്രക്കാരന്റെ ബാക്കി നൽകാൻ!

ആരും കാണാത്ത ഈ ചില്ലറയുദ്ധത്തിൽ
ഞാനും അവനെപ്പോലെ ഒരു തെണ്ടിയല്ലേ...
സ്നേഹത്തിനും നീതിക്കും വേണ്ടി
ചില്ലറ തെണ്ടുന്നൊരാൾ!

വെയിറ്റിങ് ഷെഡിലെ സാക്ഷി

വെയിറ്റിങ് ഷെഡിലെ തടികൊണ്ടൊരീ ബെഞ്ച്-
കാണുന്നു ലോകത്തിൻ പല വേഷങ്ങൾ.
പരാതിയും പരിഭവവും പേറി വരുന്നുവർ,
കരച്ചിലും ചിരിയും എൻ മാറിലൊഴുക്കുന്നു.

ചിലരുടെ സല്ലാപം കാണവേ നാണം,
ചിലരുടെ ചെയ്തികൾ ദേഷ്യം തരുന്നു.
എങ്കിലും കാത്തിരിപ്പിന്റെ ആ സുഖം നൽകാൻ-
ഞാനെന്നും ഇവിടെ തനിച്ചിരിപ്പൂ.

സ്ഥിരമായി വന്നെന്നെ തഴുകുന്ന മുഖങ്ങൾ-

അവരാണെന്നെന്നും പ്രിയപ്പെട്ടവർ.
കണ്ടില്ലെന്നാകിലോ ഉള്ളിൽ പരിഭവം,
നെഞ്ചിന്റെ തുടിപ്പൊന്നു പതറും പോലെ!

സ്കൂൾ ബസ്സിൽ പായും കുരുന്നുകൾ ഇന്നു-
മറന്നുപോയോ എന്നെ?
ആദ്യാനുരാഗത്തിൻ കത്തുകൾ കൈമാറാൻ-
സാക്ഷിയായ് നിന്നതെന്നോർക്കുന്നുവോ?

അന്ന് ആ കുഞ്ഞുങ്ങൾ കൊടുത്തൊരു കത്തിൽ-
ഞാനുമറിഞ്ഞു പ്രണയത്തിൻ താളം.
ഇനിയൊരു കാലം വരുമോ ഇനിയും-
കാത്തുനിന്നൊരാ കത്തുകൾ നൽകാൻ?

അമരനായ പടയാളിക്ക് (ആദരാഞ്ജലി)

യാത്രയവസാനിപ്പിച്ചു നീ മടങ്ങുമ്പോൾ,
മരണത്തിന്റെ തണുപ്പ് നിന്നെ പുണർന്നപ്പോഴും-
നിന്റെ കൈകൾ വിറച്ചില്ല!
കൂടെയുള്ളവരുടെ ജീവൻ കാക്കാൻ
നിന്റെ ആത്മാവ് പൊരുതുകയായിരുന്നു.

ഹൃദയം നിലയ്ക്കുന്ന ആ നോവിനിടയിലും
സ്റ്റിയറിംഗിൽ നീ കരുത്തു പകർന്നു.
യാത്രക്കാരെ സുരക്ഷിത തീരത്തെത്തിച്ച്
നീ ആ ചക്രങ്ങൾക്കു പിന്നിൽ അമരനായി!

സ്വന്തം സ്പന്ദനം നിലയ്ക്കും മുൻപേ
മറ്റുള്ളവർക്ക് ശ്വാസമേകിയ പ്രിയ സുഹൃത്തേ...
ആദരാഞ്ജലികൾ!
ബസ്സിലെ ഓരോ സീറ്റിലും, ഓരോ ബെല്ലിലും
നിന്റെ ആ വലിയ മനസ്സിന്റെ ഓർമ്മകളുണ്ടാകും.

തീയില്ലാത്ത തീവണ്ടികൾ

പുക തുപ്പുന്ന തീവണ്ടികൾ പണ്ടൊരോർമ്മ,
ഇന്ന് പുകയുമില്ല, തീതുപ്പുന്ന എഞ്ചിനുമില്ല...
എന്നിട്ടും നമ്മളതിനെ 'തീവണ്ടി'യെന്നു വിളിക്കുന്നു,
പേരു മാറ്റാൻ മറന്ന കാലത്തിന്റെ യാത്രക്കാർ!

രാവിലെയും വൈകുന്നേരങ്ങളിലും
അവളെ യാത്രയാക്കാനും കൂട്ടിക്കൊണ്ടുവരാനും
സ്റ്റേഷനിൽ നിൽക്കുമ്പോൾ മനസ്സ് കാടു കയറുന്നു.
യാത്ര എന്നാൽ അകലൽ മാത്രമല്ലല്ലോ,
അതൊരു തിരിച്ചു വരവ് കൂടിയല്ലേ?

എന്റെ ഈ ചിന്തകൾ ഒരുപക്ഷേ 'വട്ടായിരിക്കാം',
പക്ഷേ, ഈ വട്ടുകളിലാണല്ലോ എന്റെ ലോകം!
അവൾ വണ്ടിയിറങ്ങി വരുമ്പോൾ-
ഈ ചിന്തകളെല്ലാം ആ പുകപോലെ മാഞ്ഞുപോകുന്നു.

ദേശാന്തരങ്ങളിലൂടെ ഒരു യാത്ര

കാസർഗോഡിന്റെ മണ്ണിൽ നിന്നാരംഭം-
യാത്രയായ് മംഗളൂരുവിൻ തീരത്തേക്ക്.

ചൗക്കിയും മൊഗ്രാൽ പുത്തൂരും പിന്നിട്ട്-
മൊഗ്രാലിൽ, പേർവാഡിൽ ചക്രം തിരിയവേ...

കുമ്പളയുടെ കായൽക്കാറ്റേറ്റു വാങ്ങി-
ആരിക്കാടിയും ഷിറിയയും സാക്ഷിയായ്,
മുട്ടം ഗേറ്റിലെ തിരക്കുകൾ മാറ്റി-
ബന്ദിയോടിൻ വഴിത്താരകൾ പുൽകുന്നു.

നയാ ബസാറും ഉപ്പള ഗേറ്റും-
ചെക്ക് പോസ്റ്റിലെ നീണ്ട നിരകളും,
ഹൊസങ്കടി തൻ ഓരത്ത് ചേർന്ന്-
പോസോട്ടിൻ മണ്ണിലൊഴുകുന്ന യാത്ര!

മഞ്ചേശ്വരത്തെ മാടയും കുഞ്ചത്തൂരും-
തുമിനാടും കണ്ട് തലപ്പാടിയിലെത്തി,
കേരളാ അതിർത്തി തൻ അതിരുകൾ മായ്ച്ച്-
കെ.സി റോഡിലെ വീഥികൾ പൂകുന്നു.

ബീരിയും കൊല്യയും തൊക്കോട്ടും കടന്ന്-
മംഗളൂരുവിൻ തിരക്കിലലിയുമ്പോൾ,
ജീവിതമെന്നൊരു നീണ്ട റൂട്ടിന്റെ-
ടിക്കറ്റ് മുറിച്ചു ഞാൻ കാത്തിരിപ്പൂ.

ഓരോ സ്റ്റോപ്പിലും പുതിയൊരു മുഖം-
ഓരോ യാത്രയിലും പുതിയൊരു കഥ.
ദേശങ്ങൾ മാറുന്നു, ഭാഷകൾ മാറുന്നു-
എങ്കിലും മാറാത്തീ യാത്രതൻ ലഹരി!

മടിയനിലെ വീണ ക്ലോക്ക്

മഡിയൻ ബസ് സ്റ്റോപ്പിലെ ആ പഴയ ക്ലോക്ക്-
ഇന്നൊരു 'വീണ പൂവി'നെപ്പോലെ മണ്ണിൽ!
ധന്യമായൊരു ഭൂതകാലത്തിന്റെ നിശബ്ദ സാക്ഷി.

ഊർജ്ജം തീർന്നതാണോ നിനക്ക്,
അതോ ആരും നോക്കാതെ വന്നപ്പോൾ ഹൃദയം തകർന്നതോ?
ഒരു കാലത്ത് എത്രയോ യാത്രക്കാർക്ക്
നീ കൃത്യതയുടെ സമയം കാട്ടിയിരുന്നു!

ഇന്ന് വീണു കിടക്കുമ്പോഴും...
നീ തോൽക്കാൻ തയ്യാറല്ലല്ലോ.
ദിവസവും രണ്ടു നേരം-
നീ ശരിയായ സമയം ഈ ലോകത്തിന് കാട്ടുന്നു!

നിശ്ചലമായിട്ടും സത്യം പറയാൻ നിനക്ക് കഴിയുന്നു.
മനുഷ്യർക്ക് കഴിയുമോ ഇതുപോലെ-
വീഴുമ്പോഴും മറ്റുള്ളവർക്ക് നേർവഴി കാട്ടാൻ?

നാലു ചക്രത്തിന്റെ സ്വപ്നം

രണ്ടു ചക്രത്തിന്റെ വേഗതയിൽ നിന്ന്
നാലു ചക്രത്തിന്റെ തണലിലേക്ക്...
നമ്മളിപ്പോൾ നാലു പേരില്ലേ,
നമുക്കൊരു നാലു ചക്രം വേണ്ടേ?

പക്ഷേ, ആ നാലു ചക്രം വാങ്ങാൻ
കയ്യിൽ "നാലു ചക്രം" വേണ്ടേ!

എങ്കിലും ഇന്ന് ഞാൻ ആ ഷോറൂമിൽ പോയി,
കണ്ണുകളിൽ ഒരു സ്വപ്നം നിറച്ചു.

വിധിയുണ്ടെങ്കിൽ, നാലു മാസത്തിനുള്ളിൽ
നമ്മുടെ മുറ്റത്തൊരു നാലു ചക്രമെത്തും.
അതിനായി നാലു ദിവസമല്ല,
എത്ര ദിവസം വേണമെങ്കിലും ഞാൻ കഷ്ടപ്പെടാം!

രാത്രിയുടെ കാവൽക്കാർ

നാളെ വരാമെന്ന വാക്കുമായി സൂര്യൻ-
കടലിന്റെ ആഴങ്ങളിലേക്ക് മറയുന്നു.
ലോകം ഉറക്കത്തിന്റെ പുതപ്പിലേക്ക് ചുരുളുമ്പോൾ,
ഞാൻ എന്റെ യാത്ര തുടങ്ങുകയാണ്...
ഇരുളിൽ ഉണർന്നിരിക്കുന്ന എന്റെ ജോലി!

നഴ്സുമാർ, പോലീസുകാർ, ഡ്രൈവർമാർ-
നമ്മളെയൊക്കെ പോലെ എത്രയോ പേർ!
മറ്റുള്ളവരുടെ സുരക്ഷിതമായ ഉറക്കത്തിന് വേണ്ടി
സ്വന്തം നിദ്രയെ ബലി കൊടുക്കുന്നവർ.
പരാതികളില്ലാതെ, നിശബ്ദമായി
അവർ ഈ രാത്രിയെ താങ്ങിനിർത്തുന്നു.

സൂര്യനില്ലെങ്കിൽ ചന്ദ്രനുണ്ടാകാം,
പക്ഷെ ഈ കാവൽക്കാരില്ലാത്തൊരു രാത്രി-
അതൊരു നിശ്ചലമായ ശ്മശാനം പോലെയല്ലേ?
ഇവർ ഒരുനാൾ ഉറങ്ങിയാൽ-
ഈ ലോകത്തിന്റെ ഹൃദയമിടിപ്പ് തന്നെ നിലച്ചുപോകില്ലേ?

V. മാനവികതയും സമൂഹ്യബോധവും (Social Reflections)

ഷെഹ്രസാദ് പറയാത്ത കഥകൾ (യുദ്ധം)

ഷെഹ്രസാദ് പാതിയിൽ നിർത്തിയ കഥകളിൽ-
പഴയൊരു പേർഷ്യ പടർന്നിരുന്നു.
ജാഫറും ഹാറൂൺ അൽ റഷീദും നടന്ന-
വീഥികളിൽ സ്വപ്നങ്ങൾ നിറഞ്ഞിരുന്നു.

ഇന്നത്തെ ഇറാനിലെ കത്തുന്ന തെരുവിൽ-
ബോംബിന്റെ ഗന്ധമോ അതോ ഭീതിയോ?
നൗറൂസ് പൂവിട്ട കാലമതെങ്കിലും-
നാടിന്റെ നെഞ്ചിലെ തീയെരിയുന്നു!

സങ്കൽപലോകത്തെ വെണ്ണിലാവല്ലിന്ന്-
മിസൈലുകൾ തീർത്ത ചുവന്ന വാനം.
കഥയിൽ കണ്ട ആ മാന്ത്രിക നഗരം-
കാലം കവർന്നൊരു കരിനിഴലായോ?

പഴയ കാലത്തെ കുരിശുയുദ്ധങ്ങളോ-
പുതിയ കാലത്തിൻ അധികാര മോഹമോ?
ആരു ജയിച്ചാലും ആരു തോറ്റാലും-
തോൽക്കുന്നത് പാവം മനുഷ്യനല്ലേ?

വിശപ്പിന്റെ ശിക്ഷ (മധു)

വീണ്ടുമൊരു ഫെബ്രുവരി ,
മധു... മറ്റൊരു ജീൻ വാൽ ജീൻ!
വിശപ്പിന്റെ വേദനയ്ക്ക് വിധി നൽകിയത്

ഒരാൾക്ക് തടവും മറ്റൊരാൾക്ക് മരണവും.
ഒരു കഷ്ണം റൊട്ടിക്ക് കിട്ടിയ പ്രതിഫലം,
ജീവന്റെ വിലയുള്ള ഒരു പിടി ചോറ്!
വിക്ടർ ഹ്യൂഗോ ഇന്നുണ്ടായിരുന്നെങ്കിൽ
മധുവിനായി 'പാവങ്ങൾ' വീണ്ടും എഴുതുമായിരുന്നു.

നമ്മളത് വായിക്കും, സോഷ്യൽ മീഡിയയിൽ കരയും,
കമന്റുകളിലൂടെ വിപ്ലവം നയിക്കും.
പക്ഷേ, നമ്മുടെ പ്രതികരണങ്ങൾ
ആ വിരൽത്തുമ്പുകളിൽ മാത്രം ഒടുങ്ങുന്നു!

നമുക്ക് സംഭവിക്കാത്ത കാലത്തോളം
നമുക്ക് സോഷ്യൽ മീഡിയ മതി.
ആ അപകടത്തിൽ മരിച്ച അച്ഛനെ നോക്കി നിൽക്കുന്ന
വിശക്കുന്ന ആ മകൻ...
അവൻ എങ്ങനെ വളരും?
നമ്മുടെ നീതിബോധം അവനെ എന്തായി മാറ്റും?

വയറും വേഷങ്ങളും

കാശിനു വേണ്ടി ശരീരം വിൽക്കുന്നു,
സ്വയം വില്പനയ്ക്കായി പെൺരൂപങ്ങൾ...
ഒരാൾക്ക് അതൊരു സുഖമെങ്കിൽ,
മറ്റൊരാൾക്കത് ജീവിതത്തിന്റെ വിലയാണ്!

ഇന്ന് ആണുങ്ങളും ആ വഴിയിലേക്ക്,
കാലത്തിന്റെ പോക്ക് കാണുക!

മുഖപുസ്തകത്തിലെ ആ അഭിമുഖം,
അയാൾ പറഞ്ഞ ജീവിക്കാനുള്ള വേഷങ്ങൾ...

ഒരു ചാൺ വയറിന് വേണ്ടിയുള്ള ഈ അഭ്യാസം-
ഇതിനും മാന്യതയുണ്ടോ?
"എല്ലാ തൊഴിലിനും മാന്യതയുണ്ട്" എന്ന്
പണ്ടാരോ പറഞ്ഞു വെച്ചു.
പക്ഷേ, ആത്മാവ് പണയം വെക്കുന്ന ഈ തൊഴിലിനെ
നമ്മൾ ഏത് കള്ളിയിൽ ചേർക്കും?

ദൈവത്തിന്റെ മാതാപിതാക്കൾ (ആലിൻ)

പ്രിയ ആലിൻ, നിനക്ക് വിട...
പക്ഷേ, നീ എങ്ങും പോയിട്ടില്ലല്ലോ.
രണ്ടു ശരീരങ്ങളിൽ നിന്റെ ശ്വാസമുണ്ട്,
കോടി മനസ്സുകളിൽ നിന്റെ ഓർമ്മയുണ്ട്!

എത്ര വേഗമാണ് നീ ഒരു ദൈവമായത്?
നിന്റെ അച്ഛനും അമ്മയും-
ഇന്ന് ഒരു ദൈവത്തിന്റെ മാതാപിതാക്കൾ!
വേദനയുടെ കനലിലും അവർക്ക് അഭിമാനിക്കാം,
നിന്നിലൂടെ അവരും ചരിത്രത്തിൽ അമരന്മാരായി.

മരണത്തെ തോൽപ്പിച്ച കുഞ്ഞേ,
നിന്റെ ഓർമ്മകൾക്ക് മുന്നിൽ
ഇതാ ഒരു കോടി പൂക്കൾ...

നീ വിതറിയത് വെറും പ്രാണനല്ല,
മനുഷ്യത്വത്തിന്റെ വലിയൊരു പാഠമാണ്!

സ്ക്രീനിലെ വിശപ്പും മില്യൺ വ്യൂസും

വിരൽ തുമ്പിൽ വിരിയുന്ന വിസ്മയങ്ങൾക്കിടയിൽ,
നമ്മൾ തിരയുന്നത് എന്തിനെയാണ്?
നല്ലൊരു അറിവിനോ, ഒരു തരി വെട്ടത്തിനോ
ഇവിടെ ലൈക്കുകളില്ല, കാണാൻ ആളുമില്ല!

പക്ഷേ, ഒരു പെൺശരീരം കണ്ടാൽ...
അതിന്റെ ചലനങ്ങളിൽ കണ്ണുടക്കിയാൽ,
മില്യൺ വ്യൂസുകളുടെ പെരുമഴയാണ്!
സമൂഹത്തിന്റെ നന്മയേക്കാൾ നമുക്ക് വലുത്
ആ ചായങ്ങളുടെ തിളക്കമാണോ?

"ലൈംഗിക ദാരിദ്ര്യം" പേറുന്നൊരു കൂട്ടമായി
നമ്മൾ എന്ന് മാറിപ്പോയി?
മസ്തിഷ്കത്തേക്കാൾ കൂടുതൽ ഇന്ന് നമ്മൾ
അവയവങ്ങളെ പ്രണയിച്ചു തുടങ്ങിയിരിക്കുന്നു.
എന്തൊരു കഷ്ടമാണല്ലേ!

മാറുന്ന കമ്പോളം (സ്ത്രീധനവും ഐഫോണും)

"സ്ത്രീ തന്നെ ധന"മെന്ന് ചൊല്ലി നടന്നവർ,
സ്ത്രീധനപ്പേരാൽ വിതുമ്പി മരിച്ചവർ.

ഇന്നീ കാലം മാറി മറിഞ്ഞല്ലോ-
ചോദ്യങ്ങൾ പോലും തിരിഞ്ഞു തുടങ്ങിയോ?

പെണ്ണിനെ കണ്ട് ഇഷ്ടം നിറഞ്ഞോനെ-
പുതിയൊരു 'ഐഫോൺ' തടഞ്ഞു നിർത്തുന്നു.
ഒന്നര ലക്ഷത്തിൻ സമ്മതക്കല്ലിൽ-
തട്ടിത്തകർന്നു വീഴുന്നു ചെക്കന്റെ മോഹം!

പഴയൊരാ നോവിൻ തിരിച്ചടിയാണോ?
പക തീർക്കുവാൻ കാലം കരുതിയ കൗശലമോ?
മുപ്പത്തഞ്ചിലും നാല്പതിലുമെത്തി-
രണ്ടാം കെട്ടിനായ് നീളുന്നു നിരകൾ!

സ്നേഹമല്ലിന്ന് മാറ്റുരയ്ക്കപ്പെടുന്നത്,
കയ്യിലുള്ളോരു കമ്പോള വിദ്യകൾ.
പെണ്ണും പണവും ചെക്കനും മൊബൈലും-
ചേർന്നൊരു വിചിത്രമാം വേളിയുണ്ടിന്ന്!

തുല്യതയുടെ തുലാസ് (വനിതാദിനം)

മാർച്ച് എട്ടിലെ ആ ഒരു ദിനം-
മാറ്റിവെച്ചു നാം വനിതകൾക്കായ്.
ശേഷിച്ച നാളുകൾ ആണിന്റേതോ?
അവനുണ്ടോ ഓർക്കാൻ ഒരു ദിനമെങ്കിലും?

ചൊവ്വയിൽ ചേക്കേറാൻ ഒരുങ്ങുന്നതും,
ഭരണചക്രം തിരിച്ചു വാഴുന്നതും-

അബലയല്ലാത്ത പെണ്ണുങ്ങൾ തന്നെ;
പിന്നെന്തിനീ പ്രത്യേക പരിഗണനകൾ?

ബസ്സിലെ സീറ്റിലും സംരക്ഷണ നിയമത്തിലും,
തുല്യനീതി വാക്കിൽ മാത്രമായി ഒതുങ്ങുന്നു.
റീൽസിലെ ഒരു വാക്കിൽ എരിഞ്ഞുതീരുന്നു-
പാവം ആണിന്റെ ജീവിതവും അഭിമാനവും!

മൃഗതൃഷ്ണ

പച്ചപ്പിൻ താഴ്വരയിൽ വയലോരത്ത്,
മേഞ്ഞു നടപ്പൂ പോത്തുകൾ കൂട്ടമായ്.
വയറു നിറയെ മധുരമൂറും പുല്ലും,
മനസ്സിൽ നിറയെ ഇത്തിരി സന്തോഷവും.

അവരറിയുന്നുണ്ടോ പാവങ്ങൾ...
ഈ വിരുന്നൊരുക്കുന്നത് തങ്ങൾക്കാണെന്ന്?
ഒരുനാൾ ആരുടെയോ നാവിലെ രുചിയാകാൻ,
ബലികല്ലിൽ ഉടലറ്റു വീഴാൻ മാത്രമാണെന്ന്.

പെട്ടെന്നെൻ ഓർമ്മയിൽ തിരതല്ലുന്നു,
സിൻഡ്ബാദ് കണ്ട ആ വിചിത്ര ദ്വീപ്.
ചിന്ത മരവിച്ചു പുല്ലു തിന്നു നടപ്പവർ,
മൃഗമായി മാറിയ മനുഷ്യൻ തൻ രൂപങ്ങൾ.

നമ്മളും നടന്നീടുന്നു ഇതേ പാതയിൽ,
മറ്റൊരാൾക്ക് വിരുന്നൊരുക്കാൻ മാത്രമായ്-

ആഹാരം കഴിക്കുന്ന, ആർത്തി പെരുകുന്ന,
വെറുമൊരു വന്യമാം ജന്മങ്ങൾ.

തിരിച്ചറിവില്ലാത്തൊരീ മേച്ചിൽപ്പുറങ്ങളിൽ,
നമ്മുടെ ലക്ഷ്യമോ... തമസ്സിൻ താഴ്വാരം!

അഭയാർത്ഥിയുടെ യാത്ര

ചൊവ്വായിലേക്കൊരു പെണ്ണ് പോകുന്നു,
തിരികെ വരാത്തൊരു ദൂരയാത്ര.
അവിടെയും തീർക്കുമോ പുതിയൊരു കോളനി?
ചുവന്ന മണ്ണിനെ കറുപ്പിലാഴ്ത്തുമോ നീ?

കുറച്ചു ഭാഗ്യവാന്മാർ ആഫ്രിക്കൻ മണ്ണിലേക്ക്,
അതിലും വലിയവർ ചൊവ്വതൻ മാറിലേക്ക്.
മായൻമാർ പറഞ്ഞ ആ ആയുസ്സും കഴിഞ്ഞു,
മാറാത്ത ജാതിയും മതവുമായി നാം ബാക്കി.

പ്രളയം പെയ്തു പുഴ കരകവിയുമ്പോൾ,
മതമില്ല, ദേഷ്യമില്ല, സ്നേഹം തുളുമ്പുന്നു.
വെള്ളമിറങ്ങുന്ന നേരത്തോ വീണ്ടും,
തമ്മിൽ തല്ലുവാൻ വാളുകൾ മിനുക്കുന്നു.

ആഫ്രിക്കയിലേക്കോ അതോ ചൊവ്വയിലേക്കോ?
ഞാൻ എങ്ങോട്ടാണ് യാത്ര പോകേണ്ടത്?
സ്നേഹവും സമാധാനവും പുലരുന്നൊരിടം,
അതൊന്നു മാത്രമാണെൻ എളിയ മോഹം.

ഭൂമിയെന്റെ മാത്രം സ്വത്തല്ലയൊരിക്കലും,
അവകാശികളായി എത്രയോ ജന്മങ്ങൾ!
മണ്ണും വായുവും വരും തലമുറയ്ക്കായി,
മാറ്റിവെക്കാതെ നാം എങ്ങോട്ടു പായുന്നു?

ഭൂമിദേവിയുടെ വിലാപം

വാടകവീടിൻ തടവറ വിട്ടൊരു-
പുതിയ കൂരതൻ കിനാവുമായി ഞാൻ.
കയ്യിലൊരു കഷ്ണം കടലാസ്സുണ്ട്,
ഭൂമിയെന്നെഴുതിയ അധികാര രേഖ!

എന്നെ വിൽക്കാൻ നീയാരെന്നു ചോദിച്ചു-
ഭൂമിദേവി തൻ ഗദ്ഗദമെൻ കാതിൽ.
അധികാരമെൻ കയ്യിലാർക്കും കൊടുത്തില്ല,
അവകാശമെല്ലാവർക്കും തുല്യമല്ലോ ഇവിടെ.

വികസനത്തിൻ പേരു ചൊല്ലി നിങ്ങൾ,
എന്റെ വസ്ത്രക്ഷേപം നടത്തുന്നില്ലേ?
സിരകളിലെ ചോരയൂറ്റി കുടിക്കുന്നു,
പൂങ്കവനത്തെ തച്ചുതകർക്കുന്നു നീ.

ശുദ്ധവായുവിൽ പുകച്ചുരുളുകൾ നിറച്ചു,
കുടനീറിൽ കാലകൂട വിഷം കലർത്തി.
കാളിയമർദ്ദനത്തിനായൊരു കണ്ണൻ വരും,
അന്ന് നീ വിളിക്കില്ലേ നിന്റെ ദൈവങ്ങളെ?

പുതിയൊരവതാരമായ് അവൻ വരും,
പ്രളയജലത്തിൽ ആലിലക്കണ്ണനാകും.
പുനർജനിക്കണമെന്നുണ്ടു ഭൂമിക്കിനി,
മനുഷ്യരില്ലാത്തൊരു പുത്തൻ ലോകത്ത്.

നോഹതൻ പെട്ടകത്തിൽ ഇനി വേണ്ട മനുഷ്യരെ,
അവരുണ്ടെങ്കിൽ വരും വീണ്ടുമൊരു പ്രളയം!

VI. ഡിജിറ്റൽ യുഗവും മാറ്റങ്ങളും (Modernity & Change)

കൊറിയൻ കാറ്റും -90കിഡ്സും

വീട്ടിലിപ്പോൾ ബി.ടി.എസ് (BTS) താളങ്ങൾ,
മകളുടെ സ്വപ്നങ്ങളിൽ കൊറിയൻ തെരുവുകൾ!
കൊറിയൻ ഡ്രാമയിലെ ആ പ്രണയവും
ആ പാട്ടുകളിലെ വേഗതയും അവളെ മോഹിപ്പിക്കുന്നു.
പഠിക്കാനും വളരാനും അവൾക്ക് കൊറിയ വേണം!

ജൻ സി (Gen Z) കൊറിയയെ പ്രണയിക്കുമ്പോൾ
ഞാൻ ഒരു 'തന്ത വൈബ്' ആയി മാറിപ്പോയോ?
ജനറേഷൻ ഗ്യാപ്പിന്റെ ആ വലിയ മതിൽക്കെട്ട്
നമുക്കിടയിൽ ഉയരുന്നുണ്ടോ?

അല്ല... ഞാനൊരു പഴുത്തിലയല്ല!
മാറ്റങ്ങളെ മാറോടണച്ച -കിഡ്സാണ് നമ്മൾ.
ആനവണ്ടിയും മെട്രോയും ഒരുപോലെ കണ്ടവർ,
കത്തും ഇമെയിലും ഒരുപോലെ അയച്ചവർ!
പഴയത് മുറുകെ പിടിച്ചും പുതിയതിനെ സ്വീകരിച്ചും
ഒരു കാലഘട്ടത്തെ തന്നെ ചുമലിലേറ്റിയവർ.

മുഖമില്ലാത്ത മുഖപുസ്തകം

മുഖപുസ്തകത്തിൽ ഇന്ന് മൂന്ന് പുതിയ കൂട്ടുകാർ,
ഫോളോവേഴ്സ് എന്ന ആൾക്കൂട്ടമല്ല—
എനിക്ക് വേണ്ടത് ഹൃദയമുള്ള സുഹൃത്തുക്കളെയാണ്.
അയ്യായിരം എന്ന ആ സംഖ്യയുടെ പകുതിയിൽ
ഞാൻ എന്റെ ലോകം നിജപ്പെടുത്തിയിരിക്കുന്നു.

എന്റെ മുഖപുസ്തകം പക്ഷേ,
എന്റെ മുഖത്തിന്റെ പുസ്തകമല്ലല്ലോ!
മനസ്സിന്റെ കണ്ണാടിയാകേണ്ട ആ മുഖം
ഇന്ന് ആരുടെയെങ്കിലും ടൈംലൈനിൽ ഉണ്ടോ?

എഡിറ്റ് ചെയ്യാത്ത, ഫിൽറ്ററുകൾ ഇല്ലാത്ത
ആ പഴയ നാടൻ മുഖമാണെനിക്കിഷ്ടം;
ചായം തേക്കാത്ത സത്യം പോലെ
തെളിഞ്ഞു നിൽക്കുന്ന ഒരു മുഖം!

വേരറ്റ പട്ടം

മുഖപുസ്തകത്തിലെ കപടവർണ്ണങ്ങൾ
എനിക്ക് പുതിയ വികാരങ്ങൾ നൽകി.
ഒരു നിമിഷം ഞാൻ എന്നെത്തന്നെ മറന്നു,
എന്റെ സ്വത്വം പണയം വെച്ച്
ഏതോ മായക്കാഴ്ചകളിൽ ഞാൻ സന്തോഷം തിരഞ്ഞു.

ചരടുപൊട്ടിയ പട്ടം പോലെ
അനന്തതയിലേക്ക് പറന്നുയരാൻ മനസ്സ് വെമ്പിയപ്പോൾ,
ഞാൻ എന്നെത്തന്നെ തിരിച്ചുവിളിച്ചു.
ആ മർക്കടമനസ്സിന്റെ കടിഞ്ഞാൺ
ഞാൻ എന്റെ 'നല്ല പകുതിയുടെ' കയ്യിൽ നൽകി.

അവളെ മറന്നൊരു സ്വർഗ്ഗവും എനിക്ക് വേണ്ട!
ചില ബന്ധങ്ങൾ മുറിച്ചുകളയുമ്പോഴാണ്
ജീവിതം എത്ര ധന്യമാണെന്ന് തിരിച്ചറിയുന്നത്.

കെട്ടുപാടുകളില്ലാത്ത ആകാശത്തേക്കാൾ
സ്നേഹത്തിന്റെ ഈ ചരടിലാണ് എന്റെ സമാധാനം.

ബാറ്ററി തീരുന്ന മനുഷ്യൻ

മൊബൈലിൽ ചാർജ് മങ്ങുന്നു...
കയ്യിലൊരു കേബിളോ പവർ ബാങ്കോ ഇല്ല.
ഉച്ചവെയിൽ ചായുന്നതു വരെ-
ഈ യന്ത്രം ഇനി നിശബ്ദമായിരിക്കും.

മനുഷ്യനും ഇതുപോലെയല്ലേ?
നമ്മുടെ ഉള്ളിലെ ബാറ്ററി തീരുന്നത് നമ്മൾ അറിയുന്നുണ്ടോ?
ഒന്ന് റീചാർജ് ചെയ്യാൻ, ആയുസ്സ് നീട്ടാൻ-
നമുക്ക് ഏതെങ്കിലും പ്ലഗ് പോയിന്റുകൾ ഉണ്ടോ?

സ്രഷ്ടാവിനെ വെല്ലുന്ന സൃഷ്ടികളുമായി
നമ്മൾ ഈ ഭൂമിയിൽ അഹങ്കരിക്കുന്നു!
ഇന്നിതാ, AI-യുടെ കാലം...
മനുഷ്യൻ പടുത്തുയർത്തിയ ബുദ്ധി അവനെത്തന്നെ
തോൽപ്പിക്കുമോ?

പ്രകൃതി നമുക്ക് വിധിക്കുന്ന ശിക്ഷയാണോ ഇത്?
"എല്ലാം എന്റെ കാൽച്ചുവട്ടിൽ" എന്ന അഹങ്കാരത്തിന്-
അവൻ തന്നെ തീർത്ത നാശത്തിന്റെ കുരുക്ക്!

കയ്യൂക്കുള്ളവൻ കാര്യക്കാരൻ...
ഡാർവിന്റെ ആ പഴയ നിയമം,

ഇനി യന്ത്രങ്ങൾക്ക് മുകളിൽ മനുഷ്യൻ തോൽക്കുന്ന-
പുതിയൊരു ചരിത്രമാകുമോ?

വാലറ്റിന്റെ വീണപൂവ്

അമ്മമ്മ തൻ കൈത്തൂവാല തുമ്പിലന്ന്,
നാണയത്തുട്ടുകൾ കിലുങ്ങിയൊരുകാലം.
പിന്നീട് മാറിയോ ഹാൻഡ് ബാഗിൻ ഗരിമയിൽ,
പേഴ്സിൽ പണമുള്ളവൻ രാജാവായ് വാണവൻ.

പ്ലാസ്റ്റിക് മണിയെത്തി, കാർഡുകൾ നിരന്നു,
അഹങ്കാരമായി പഴ്സിൻ കനമന്നു.
ഇന്നോ... വെറുമൊരു ഡിജിറ്റൽ യുഗമൊളിപ്പിച്ചു-
പഴ്സിനെ ആർക്കും വേണ്ടാതെയാക്കി നാം.

ആശാൻ തൻ വീണപൂവിനെപ്പോലെ നീ,
നിലത്തു വീണടിയുന്നൊരനാഥൻ!
പൂന്തനം ചൊല്ലിയ തത്വമായ് മാറുന്നു-
കാലം വരുത്തുന്നൊരീ മറിമായങ്ങൾ.

മാളിക മുകളിലെ മന്നന്റെ തോളിൽ,
മാറപ്പ് കയറ്റുന്ന വിധി തൻ കളി!
കനത്ത പേഴ്സും വെറും മാറപ്പായി,
ഡിജിറ്റൽ ലോകം മുന്നേറുന്നു വേഗത്തിൽ.

പഴയതും പുതിയതും

എനിക്കിഷ്ടം പഴയതിനോടാണ്,
പക്ഷേ, ഞാൻ പഴഞ്ചനല്ല!
പഴയ പാട്ടുകൾ പുതിയ ഡി.ജെയിൽ
താളം പിടിക്കുന്നതാണ് എന്റെ പ്രിയം.

പുതിയൊരു കുപ്പിയിലെ പഴയ വീഞ്ഞുപോലെ,
അതിലൊരു വല്ലാത്ത രസമുണ്ടെനിക്ക്.
ഓർത്തുനോക്കിയാൽ...
പഴയതും ഒരിക്കൽ പുതിയതായിരുന്നില്ലേ?

അന്ന് നമ്മളില്ലായിരിക്കാം—
പക്ഷേ, ആ പഴയതിന്റെ വേരുകളിലാണ്
ഇന്നത്തെ പുതിയത് വിരിയുന്നത്.

VII. ഇതിഹാസവും ആനുകാലികവും (Legends & Life)

കർണ്ണൻ: വെളിച്ചം വിതറിയ സൂര്യൻ

പെറ്റമ്മ കൈവിട്ടു പുഴയിലൊഴുക്കിയ,
വേദനതിന്നൊരാ കനലാണല്ലോ നീ.
അമ്മയെന്നോതാൻ രാധയും, സ്നേഹപ്പൂ-
ചൊരിയുവാൻ സൂതനുണ്ടായിരുന്നല്ലോ!

സഹോദരർ തന്നെ കൊലവിളി കൂട്ടവെ,
കൂട്ടുകാരനായ് വിരിഞ്ഞൊരു ചങ്ങാതി.
ശത്രുപക്ഷത്തെ കൗശലക്കാരനാം-
കൃഷ്ണനും തോറ്റു നിൻ സ്നേഹത്തിനു മുൻപിൽ!

സ്വന്തമായ് വന്നത് മുഴുവൻ പകുത്തു നീ,
മറ്റുള്ളോർക്കായ് ദാനം നൽകിയ ദാനി.
കവചവും കുണ്ഡലവും ദേഹവും സ്നേഹവും,
കാരുണ്യമായി നീ വിതറിയ വീരൻ!

സൂര്യപുത്രനല്ല, നീ സാക്ഷാൽ സൂര്യൻ,
മങ്ങാത്ത ശോഭയായ് ജ്വലിക്കുമീ മണ്ണിൽ.
ഇരുളിൽ മറയുന്ന വിലാപങ്ങൾക്കിടയിൽ-
എല്ലാവർക്കും വെളിച്ചമേകുന്നവൻ!

സുയോധനന്റെ നീതി

ചരിത്രത്തിൻ താളുകൾ തോൽപ്പിച്ചൊരാൾ ഞാൻ,
ദുര്യോധനനെന്നു നിങ്ങൾ മുദ്ര കുത്തിയവൻ.
തൊണ്ണൂറ്റൊമ്പത് തമ്പിമാർതൻ പ്രിയ ജ്യേഷ്ഠൻ,

ഹസ്തിനപുരിയുടെ മണ്ണും മാനവും കാത്തവൻ!
അച്ഛനല്ലേ അന്ധൻ? ഞാൻ കണ്ടു സത്യങ്ങൾ,
അർഹതപ്പെട്ടതെല്ലാം ഞാൻ നേടി ഹൃദ്യമായ്.
ക്ഷത്രിയ വീര്യത്താൽ പോരാടി വീണവൻ,
എന്റെ ശരിയല്ലേ ലോകം തെറ്റെന്നു ചൊല്ലിയത്?

യജ്ഞശാലയിൽ വീണ പാഞ്ചാലിയെ നോക്കി-
ചിരിച്ചതോ വലിയ പാപം?
സ്വന്തം പത്നിയെ പണയം വെച്ച ധർമ്മപുത്രനോ-
ഇന്നും ലോകത്തിൻ വലിയ പാഠം?

കർണ്ണനാരെന്നറിഞ്ഞല്ല ഞാൻ പുണർന്നത്,
മനുഷ്യന്റെ കരുത്തുകണ്ടങ്ങ് നൽകിയതംഗരാജ്യം.
ചതിയുടെ മന്ത്രങ്ങൾ ഞാൻ ചൊല്ലിയില്ലൊരിക്കലും,
യുദ്ധനീതിയല്ലേ കൗരവർ കാത്തു സൂക്ഷിച്ചത്?

അഭിനവ യുധിഷ്ഠിരന്മാർ രാജ്യം ഭരിക്കുമ്പോൾ,
സുയോധനൻ വീണ്ടും ദുര്യോധനനാകുന്നു.
എന്റെ ഭരണത്തിൽ പട്ടിണിയില്ലായിരുന്നു,
എന്റെ തണലിൽ ആരും കരഞ്ഞിരുന്നില്ല!

വീണ്ടും കുരുക്ഷേത്രം അണയുന്ന നേരം,
സത്യം മരിക്കാത്ത സുയോധനനായി-
ഞാനിതാ നിൽക്കുന്നു തോൽക്കാത്ത മനസ്സുമായി,
ഇനിയൊരു ചരിത്രവും എന്നെ മലിനമാക്കാതിരിക്കട്ടെ!

ഈഡിപ്പസ്സും കലിയുഗവും

സ്വന്തം മാതാവിനെ അറിയാതെ പ്രണയിച്ച-
ഈഡിപ്പസ്സ് വെറുമൊരു വിധിയുടെ ഇരയായിരുന്നു!
അവനറിഞ്ഞില്ല താൻ ജനിച്ചത് ആ മടിത്തട്ടിലാണെന്ന്,
ആ മാതാവ് അറിഞ്ഞില്ല താൻ ഉപേക്ഷിച്ച-
സ്വന്തം ചോരയാണ് തന്റെ പ്രിയതമനായതെന്ന്.
അതൊരു ശാപമായിരുന്നു, അറിവില്ലാത്തൊരു പാപം!

എന്നാൽ ഇന്നോ... ഈ പുരോഗമന കാലത്തോ?
സ്വന്തം മകളെ കാമക്കണ്ണോടെ നോക്കുന്ന-
അച്ഛന്മാരുടെ നാട്ടിൽ നാം എങ്ങനെ തലയുയർത്തും?
സ്വന്തം സുഖത്തിനായി മകളെ വിൽക്കുന്ന-
അമ്മമാർ പെരുകുന്നതാണോ നമ്മുടെ സംസ്കാരം?

അറിയാതെ തെറ്റ് ചെയ്ത ഈഡിപ്പസ്സ്-
സ്വന്തം കണ്ണുകൾ കുത്തിപ്പൊട്ടിച്ചു ശിക്ഷിച്ചു!
അറിഞ്ഞു കൊണ്ട് മാലാഖമാരെ പിച്ചിച്ചീന്തുന്ന-
ഈ 'മൃഗങ്ങളെ' നമ്മൾ എന്ത് ചെയ്യണം?
ഇതാണോ വികസനം? ഇതാണോ നമ്മൾ പറയുന്ന-
അക്ഷരമുറ്റത്തെ പുരോഗമനം?

അഷ്ടാവക്രനും അറിവിന്റെ വിളവും

എട്ടു വളവിൻ ഉടലുമായി നിൽക്കെ-
അച്ഛനെക്കാൾ വളർന്നൊരു ജ്ഞാന സൂര്യൻ!
പരിഹാസച്ചിരികൾക്കു മേലേ പടർന്നോ-
അഷ്ടാവക്രൻ തൻ ഉൾക്കാഴ്ചയുടെ വിളവ്.

സ്റ്റീഫൻ ഹോക്കിൻസും മൊഴിഞ്ഞതതല്ലോ,
രൂപത്തിലല്ല... അറിവിലാണെല്ലാമെന്ന്!
തളർന്ന ഉടലിലെ തളരാത്ത ചിന്തയാൽ-
പ്രപഞ്ചത്തിൻ രഹസ്യങ്ങൾ തേടിയവൻ.

പുറംമോടികാട്ടി നാം അഹങ്കരിക്കുമ്പോൾ,
അകത്തൊരു കറുത്ത ചളി ബാക്കിയാകുന്നു.
ചളികുഴച്ചു നമുക്ക് ശില്പങ്ങൾ തീർക്കാം,
പക്ഷേ... അഹന്തതൻ ചളി ഒന്നിനും കൊള്ളില്ല!

രൂപമെന്ന പടം പൊഴിച്ചു കളഞ്ഞിട്ടു നാം,
തിരിച്ചറിവിൻ ആന്തരിക സത്യമാകുക.
അവിടെയല്ലേ മർത്യാ, നിൻ ജന്മം തിളങ്ങുന്നത്-
അവിടെയല്ലേ നിൻ ജ്ഞാനം വിളയുന്നത്?

വിശ്വമിത്രന്റെ ആത്മഗതം

എങ്ങനെയെന്നോടു നീയടുത്തു?
എന്മനം നീയറിയാതെ കവർന്നു?
അകറ്റി നിർത്തിയിട്ടും വീണ്ടും-
അരികിലെത്തുന്ന ബൂമറങ്ങ് നീ!

തപസ്സുലയ്ക്കാൻ വന്ന മേനകയോ?
ഏകാന്തതയിൽ വീണ്ടും പ്രലോഭനം!
ഗൃഹസ്ഥാശ്രമത്തിൻ പടിവാതിലിൽ-
ഒളിച്ചോടിയെത്തുന്ന മാമുനി ഞാൻ.

വിശ്വമിത്രനായ് മാറിയ നേരത്തു-
ശകുന്തളമാരെ ഞാൻ മറന്നുപോയോ?
ദുഷ്യന്തന്മാരെ അവർക്ക് ലഭിക്കട്ടെ-
ദൂരെയൊരു കൊട്ടാരമുറ്റങ്ങളിൽ.

മുദ്രമോതിരം ഇനിയും കളയാതെ-
ദുഃഖത്തിൻ തീരത്തു നിർത്തരുതേ.
താങ്ങാൻ കഴിയില്ലെൻ ഹൃദയത്തിന്-
അവരെന്നിലെ ചോര തൻ കനലല്ലയോ!

തോൽവിയിലെ വിജയം (സഞ്ജു സാംസൺ)

അമ്പതു പന്തുകൾ, തൊണ്ണൂറ്റേഴ് റൺസുകൾ-
അഗ്നിപടർത്തിയ ബാറ്റിലെ വിസ്മയം!
മൂന്ന് റൺസിനായ് പകച്ചു നിന്നില്ലവൻ,
രാജ്യത്തിൻ വിജയമായ് മാറി നിന്നോരവൻ.

സെഞ്ച്വറി തികയാത്ത സങ്കടം വേണ്ട നമു-
ക്കീ ജയം നൽകുന്ന ആവേശം മതിയല്ലോ!
പേരിലെ മാസ്മരിക അക്കങ്ങളല്ലിന്ന്-
സഞ്ജു തൻ വീര്യമാണ് ഇന്ത്യതൻ കരുത്ത്.

സന്നിഗ്ധ ഘട്ടത്തിൽ മലയാളി വിസ്മയം,
പ്രതിസന്ധിയായാലോ ഒറ്റക്കെട്ടായി നാം.
കേരള മണ്ണിലെ കരുത്തുമായ് മൈതാന-
മധ്യത്തിൽ പാറിയ മിന്നൽക്കൊടിയവൻ!

കൂട്ടായ്മ നൽകുന്ന കരുത്തിൻ പ്രതീകമായ്,
സെമി തൻ വാതിലുകൾ തള്ളിത്തുറന്നവൻ.
സഞ്ജു നീ വെറുമൊരു താരമല്ലിന്നീ-
മലയാളി നെഞ്ചിലെ ആത്മവിശ്വാസം!

ആ വിജയത്തിന്റെ മധുരം.

ഉണർവ്വിലെ കുരുക്ഷേത്രം

ഉറക്കമില്ലാ രാത്രികൾ നീളുന്നു,
നിദ്രാദേവി എന്നോട് പിണങ്ങി നിൽക്കുന്നു.
കണ്ണടച്ചു കിടപ്പൂ ഞാൻ ഏകാന്തമായ്,
നിദ്രയെന്നെ നോക്കി കളിയാക്കി ചിരിപ്പൂ...

"നീയിനി ഉറങ്ങേണ്ടതില്ല പഥികാ...
വെറുതെ ഉറങ്ങി നീ കളഞ്ഞില്ലേ നാളുകൾ?
ഇനിയല്പം ഉണർന്നിരിക്കൂ, കൺതുറക്കൂ,
മുന്നിലുണ്ട് നിനക്കായൊരു കുരുക്ഷേത്ര യുദ്ധം."

പതിനെട്ടു നാൾ നീളുന്ന പോരാട്ട വീര്യം,
മുന്നിലെരിയും കർത്തവ്യ ഭാരങ്ങൾ...
"നീയിവിടെ വന്നത് ഉറങ്ങുവാനാണോ?
നിൻ കർമ്മപഥങ്ങളിൽ ജാഗരൂകനാവുക."

കുംഭകർണ്ണൻ തൻ ഉറക്കമല്ല നിനക്കു വേണ്ടത്,
രാമന്റെ അക്ഷീണമായ കർമ്മവീര്യം!
ഇരുളിൽ മറയാതെ, തളർന്നു വീഴാതെ,
ഉണർന്നു പോരാടുക നിൻ ജീവിതസമരത്തിൽ.

ഉള്ളിലെ പന്തിരുകുലം

ഞാനൊരു ഭ്രാന്തനോ നാറാണത്തോ?
ദിവ്യത്വമില്ലാത്ത വെറും മണ്ണറിഞ്ഞവൻ!
ഒരു കാലിലെ മന്ത് മാറ്റി മറ്റേ കാലിലാക്കി-
ചിരിച്ചുല്ലസിക്കുന്നൊരാ ഭ്രാന്തൻ ഞാൻ.

നിത്യവും കല്ലുരുട്ടിക്കയറ്റും കുന്നിൻ മുകളിൽ,
നിസ്സംഗനായ് താഴേക്ക് വിട്ടു ചിരിക്കവേ-
അധ്വാനമെന്നൊരു വ്യർത്ഥമാം കല്ലുരുട്ടലല്ലേ,
ജീവിതം തന്നെയെന്ന് ഞാൻ മൊഴിയുന്നു.

വരരുചിതൻ പന്തിരുകുലമെന്നെൻ ഉള്ളിൽ-
പന്ത്രണ്ടു സ്വഭാവങ്ങളായ് വാഴുന്നു.
അഗ്നിഹോത്രിതൻ ആചാരനിഷ്ഠയും,
പാക്കനാർതൻ ലാളിത്യവുമെന്നിൽ!

പെരുന്തച്ചൻ തീർത്തൊരാ അത്ഭുതപ്പണിയും,
വടുതല നായർതൻ പയറ്റുമുറയും-
ഒടുവിൽ വായിലാകുന്നിലപ്പൻ തൻ-
മൗനവും നമ്മളിൽ തന്നെയല്ലേ?

നമ്മളെന്നൊരാ പുഴയൊഴുകിടുമ്പോൾ,
പന്ത്രണ്ടു കൈവഴിയായ് പിരിയുന്നു.
ഒടുവിൽ ശൂന്യതതൻ കറുത്ത ഗുഹയിൽ-
ഒന്നായി നമ്മൾ അലിഞ്ഞുചേരുന്നു!

വിശ്വാസത്തിന്റെ പാലം

രണ്ടു കരകൾ അടുക്കുവാൻ പണ്ട്-
പാലം പണിതു മനുഷ്യർ.
രണ്ടു മനസ്സുകൾ അടുക്കുവാൻ ഇന്നും-
പാലമായ് മാറുന്നു വിശ്വാസം!

അങ്ങോട്ടും ഇങ്ങോട്ടും നടന്നീടാനല്ലേ-
പാലങ്ങൾ ഭൂമിയിൽ ഉയരുന്നത്?
ചിലർ കണ്ടു ശീലിച്ചതൊറ്റവഴി മാത്രം,
ഇങ്ങോട്ടു മാത്രമായ് പായുന്നവർ!

മൂന്നു മനസ്സുകൾ ചേരുമീ നേരത്ത്-
പാലങ്ങൾ താനേ തളർന്നു പോമോ?
വിശ്വാസമെന്നൊരാ അസ്ഥിവാരത്തിലല്ലേ-
പാലങ്ങൾ എന്നും തലയുയർത്തൂ!

ചേർക്കുവാൻ മാത്രമെന്നോതുന്ന പാലങ്ങൾ-
ചിലനേരം നമ്മെ അകറ്റീടുന്നു.
വിശ്വാസം കാത്തു നീ മുൻപോട്ടു പോവുക-
അക്കരെയുണ്ടൊരു പൊൻപുലരി!

VIII. ഓർമ്മകളുടെ സുഗന്ധം
(Nostalgic Shores)

ഹൃദയത്തിലെ കോഴിക്കോട്

എന്റെ കടിഞ്ഞൂൽ പ്രണയ നായികയല്ലേ നീ...
അക്ഷരക്കൂട്ടും പുസ്തകവും തന്നു നീ,
മിഠായിത്തെരുവിലെ ഹൽവതൻ മധുരവും
അതിലേറെ സ്നേഹവും എനിക്കായി നൽകി നീ.

ഏകാന്തയാമങ്ങൾ തളർത്തിയ നേരത്ത്
കൂട്ടായി ചാരെ അണഞ്ഞവളേ...
പഠനം മറന്നു ഞാൻ, എന്നെയും മറന്നു ഞാൻ
നിന്നിലലിഞ്ഞെത്ര യാത്രകൾ ചെയ്തു നാം!

തിരമാല തഴുകുന്ന ബീച്ചിന്റെ തീരവും
പഴയൊരു കോട്ടകതൻ തണലോരവും,
നമ്മൾ നടക്കാത്ത വഴികളുണ്ടോ സഖീ...
ഓർമ്മകൾ പെയ്യാത്ത നാളുകളുണ്ടോ?

കനവുകൾ കാണാൻ പഠിപ്പിച്ചു നീ എന്നെ,
നിന്നിലേക്കെന്നെ അലിയിച്ചു നീ.
ഇന്നുമെൻ ഉള്ളിന്റെ ഉള്ളിലുണ്ട്
മായാത്ത നിന്റെയാ രൂപം പ്രിയേ...

അരികിലേക്ക് ഞാൻ അണയുന്ന നേരത്ത്
പഴയൊരു കാമുകൻ എന്നിലുണർന്നിടും.
എന്റെ കോഴിക്കോട്... എന്റെ മാത്രം സ്വന്തം!
എന്തിനായ് നമ്മൾ പിണങ്ങി നിന്നു?

ഓർക്കാത്ത നേരമില്ലോരിക്കലും നിന്നെ ഞാൻ,
മറക്കാത്ത ഓർമ്മയായ് നീയുണ്ട് കൂടെ.
ആയുസ്സിന്റെ അസ്തമയ സൂര്യൻ അണയും വരെ
നീയുണ്ടാകുമെന്നിൽ... എന്റെ പ്രിയസഖിയായ്.

മയ്യഴി: ഒരു വിരോധാഭാസം

നീ മാഹിയോ അതോ എന്റെ മയ്യഴിയോ?
എന്നെ മനുഷ്യനാക്കി മാറ്റിയ മണ്ണല്ലേ നീ.
മലയാളിയായ് എന്നെ വളർത്തിയതും,
മതത്തിന് അപ്പുറം സ്നേഹം തന്നതും നീ തന്നെ.

നിന്റെ കുഞ്ഞിപ്പള്ളിയും സെന്റ് തെരേസയും,
മുത്തപ്പൻ കാവിലെ തിറയാട്ടവും-
ഒരേ മനസ്സോടെ കാണാൻ എന്നെ
പഠിപ്പിച്ചത് നിന്റെ വിസ്തൃതമാം മടിത്തട്ടല്ലേ.

"മനുഷ്യൻ മനുഷ്യനായാൽ മതി,
മതത്തിന്റെ പിന്നാലെ പായേണ്ടതില്ല"-
ഇതല്ലേ നിന്റെ കാറ്റും കടലും
കാലങ്ങളായ് എന്നോട് മന്ത്രിക്കുന്നത്?

എങ്കിലും മയ്യഴീ... എന്തിനു നീ
മദ്യത്തിന്റെ 'മാഹി'യായി വേഷം മാറുന്നു?
ഒരു വശത്ത് വിശുദ്ധിതൻ പുണ്യവും,
മറുവശത്ത് ലഹരിതൻ ആഴങ്ങളും.

ഈ വിരോധാഭാസം എന്നിലുണർത്തുന്നു
അത്ഭുതവും ഒപ്പം നേർത്തൊരു നോവും.
നീയെന്ന സത്യത്തെ പ്രണയിക്കുമ്പോഴും
ഈ മാറ്റം എന്നെ വേറിട്ടു ചിന്തിപ്പിക്കുന്നു.

മയ്യഴിയുടെ മക്കൾ (ദാസനും എൽസിയും)

മയ്യഴിപ്പുഴയുടെ തീരത്തെ ദാസനും,
ദൈവത്തിൻ വിനാഴികയിലെ എൽസിയും-
രണ്ടു പുസ്തകതാളിലെ നോവാണെങ്കിലും,
എന്റെ ഉള്ളിലൊന്നായ് പെയ്യുന്ന മഴയല്ലേ?

നഷ്ടപ്രണയത്തിൻ എൽസി... മയ്യഴിയിൽ,
ശരീരം വിൽക്കുന്നവളായ് നീ മാറിയോ?
നിന്നെ അങ്ങനെ കാണാൻ വയ്യെനിക്ക്,
സഹോദരിയല്ലേ നീയെന്റെ കണ്മണി.

വിമലയെപ്പോലെ കരുത്തുള്ളവളാകാൻ,
നിനക്കും കഴിഞ്ഞില്ലല്ലോ പ്രിയേ...
ദാസനും നീയും പ്രണയികളല്ലെങ്കിലും,
മയ്യഴിയുടെ മക്കളായൊന്നല്ലേ നിങ്ങൾ?

തെരേസ മാതാവിൻ കണ്ണീർക്കടലിൽ,
തുമ്പികളായ് മാറിയോ ആ മക്കൾ?
സേതുവും പദ്മനാഭനും ശ്രീധരനും-
എൻ ഉള്ളിൽ നിന്നുയർത്തുന്നൊരൊച്ചയുണ്ട്:

"ഉണരുക... മയ്യഴി തീരത്തേക്ക് പോകുക,
ആ വെള്ളിയാങ്കല്ലിൻ മടിത്തട്ടിലേക്ക്!"
പ്രിയപ്പെട്ട എൽസിയെയും ദാസനെയും കാണുക.

മിഠായിത്തെരുവ് (മധുരം കുറയുന്ന തെരുവ്)

എസ്.എം. സ്ട്രീറ്റെന്ന വിദേശിപ്പേരല്ല,
മിഠായിത്തെരുവെന്ന മലയാളപ്പേരാണ് എനിക്കിഷ്ടം!
അവിടെ ഹലുവയുടെയും നെയ്യുടെയും മധുരമുണ്ട്,
എസ്.കെ.യുടെ ആ വെങ്കലച്ചിരിയുടെ വെളിച്ചമുണ്ട്.

മാനഞ്ചിറയുടെ കരയിൽ കൂട്ടുകാരോടൊപ്പമിരുന്ന്,
നഷ്ടപ്രണയത്തിന്റെ കയ്പ്പിനെ-
മിഠായിത്തെരുവിലെ മധുരം കൊണ്ട് കഴുകിക്കളഞ്ഞ കാലം!
മോഡൽ സ്കൂളിന്റെയും കോംട്രസ്റ്റിന്റെയും ചുവരുകൾക്ക്
ഇന്നും ആ പഴയ കഥകൾ പറയാനുണ്ടാകും.

പക്ഷേ, പഴയ രാജാവിന് എന്തു പറ്റി?
പുതുമയുടെ തിളക്കത്തിൽ കോഴിക്കോട്-
തന്റെ പഴയ ആതിഥ്യമര്യാദ മറക്കുകയാണോ?
പുതിയ ചങ്ങാതിയെ കിട്ടുമ്പോൾ
പഴയവനെ മറക്കുന്ന കാലത്തിന്റെ സ്വാർത്ഥതയോ ഇത്?

ചായ: എന്റെ ഉറ്റ ചങ്ങാതി

ചെറുപ്പത്തിൽ വിരൽ പിടിച്ചു തുടങ്ങിയതാണ്,
നീ ഇന്നും എന്റെ കൂടെയുണ്ട്- ചങ്ങാതീ!

എല്ലാവരും പലവഴിക്ക് പിരിഞ്ഞു പോയിട്ടും
നമ്മുടെ ബന്ധം ഇപ്പോൾ കൂടുതൽ 'സ്ട്രോങ്ങ്' ആയി.

ബാംഗ്ലൂരിലെ തിരക്കുകൾക്കിടയിൽ
ആ ചെറിയ കപ്പിലെ ചായ തന്ന ആശ്വാസം...
മുംബൈയിലെ മസാല ചായയും കൂടെ വടാ പാവും
മറക്കാനാവില്ല ആ രുചിയുള്ള കാലം!

ആ വടാ പാവിനെ ഞാനിന്നും തിരയുന്നു,
പക്ഷെ, അയാൾ എവിടെയോ മറഞ്ഞുപോയി.
ഇപ്പോൾ എന്റെ മുറ്റത്ത്, എന്റെ മകൾ-
എനിക്ക് പ്രിയപ്പെട്ട ചായ പകർന്നു നൽകുന്നു.

എന്റെ ഇഷ്ടങ്ങളും എന്റെ രുചിക്കൂട്ടും
ഇന്ന് 'പകുതി'യേക്കാൾ കൂടുതൽ നിശ്ചയം
എന്റെ മകൾക്ക് മാത്രമാണ്!

മഷി പടർന്ന ഓർമ്മകൾ (കത്തുകൾ)

കോഴിക്കോടൻ മണ്ണിൽ വിരിഞ്ഞ കത്തുകൾ,
കുന്ദമംഗലത്തുകാരന്റെ അച്ചടി രൂപങ്ങൾ!
വീട്ടിലേക്കയക്കുന്നൊരായിരം കഥകൾ-
അക്ഷരക്കൂട്ടായ് പുണർന്നു നിന്നല്ലോ.

പ്രണയലേഖനം എഴുതാൻ എനിക്കറിയില്ല,
പക്ഷേ, അന്യരിലക്ഷരം കോർത്തു നൽകി ഞാൻ.

കവിതകൾ പോലെ പ്രണയങ്ങൾ വായിച്ചു-
മറ്റുള്ളോർക്കായി ദൂതു പോയി ഞാൻ!

എസ്.എം.എസും വാട്സ്ആപ്പും വന്നീ കാലത്ത്-
ആ പഴയ കത്തുകൾ എവിടെ മറഞ്ഞു?
"പ്രിയപ്പെട്ടവളേ..." എന്ന വരികൾ തൻ ചന്തം-
ഫോണിന്റെ തിരശ്ശീല നൽകിടുമോ ഇന്നും?

മെസ്സേജ് വന്നാൽ ഞെട്ടിടുന്നു ലോകം,
കത്തുകൾ വന്നാൽ തുടിച്ചിരുന്നു നെഞ്ചം!
സൂക്ഷിച്ചു വെച്ചൊരാ പഴയ കത്തുകളിൽ-
ഇന്നും മണക്കുന്നു സ്നേഹത്തിൻ സുഗന്ധം!

ആ സായാഹ്നത്തിൽ നീലക്കടലാസിൽ-
തുളുമ്പുന്ന സ്നേഹത്തെ ഓർക്കുന്നു ഞാൻ.
ഇനിയൊരു കത്തു നീ അയക്കുമോ സഖേ-
പഴയൊരു കാലത്തെ തട്ടി ഉണർത്താൻ?

മഴയോർമ്മകളിലെ ക്ലാര

മാനത്ത് ഒരു മഴക്കാറ്...
ഇത് വേനലിനെ നനയ്ക്കാനോ, അതോ
പഴയ കനലുകളെ വീണ്ടും എരിക്കാനോ?
ചിലർക്കീ മഴ പ്രണയമാണ്, ചിലർക്ക് വേദന-
എനിക്കോ, ഇതൊരു മടക്കയാത്രയാണ്!

ആദ്യത്തെ മഴയത്ത് എഴുതിയ ആ കത്തുകൾ,
മറ്റൊരു മഴയത്ത് അവളെ കണ്ട ആ നിമിഷം...

പക്ഷേ, ഒരു വേനൽമഴ പോലെ
അവൾ എന്നിൽ നിന്നും ദൂരേക്ക് പെയ്തൊഴിഞ്ഞു.
'ക്ലാര' ഇന്നും എന്റെ ഉള്ളിൽ പെയ്യുന്നുണ്ട്!

പാടത്ത് ചെളി പുരണ്ട്, മഴ നനഞ്ഞു കളിച്ച
ആ പഴയ ബാല്യം ഇന്നെവിടെ പോയി?
ഇന്നത്തെ കുരുന്നുകൾക്ക് മഴ വെറുമൊരു കാഴ്ച മാത്രം.
മൊബൈൽ സ്ക്രീനിലെ ഗെയിമുകളിലും
ഇൻസ്റ്റാഗ്രാമിലെ മായക്കാഴ്ചകളിലും അവർ
കുടുങ്ങിക്കിടക്കുന്നു.
നനയാത്ത ഈ ബാല്യത്തിന് എന്ത് 'മഴ'?

ഓട്ടോഗ്രാഫ്

മകൾതൻ കയ്യിലൊരോട്ടോഗ്രാഫ് കണ്ടപ്പോൾ,
മനസ്സിൽ പടർന്നൊരു മൂന്നു പതിറ്റാണ്ട്!
പത്താം ക്ലാസ്സിലെ ആ പഴയ പടവുകൾ-
ഓർമ്മയിൽ ഇന്നും തെളിഞ്ഞു വരുന്നു.

സ്നേഹവും വിരഹവും കൂട്ടും കുസൃതിയും,
കുറിച്ചിട്ട താളുകൾ എവിടെ മറഞ്ഞു?
"ഇനിയെന്ന് കാണും?" എന്ന ചോദ്യം ആദ്യമായ്-
കരയിച്ചൊരുകാലം ഓർക്കുന്നു രൂപേഷ്.

ആരോടോ തോന്നിയ നിഗൂഢമാം ഇഷ്ടവും,
ആരൊക്കെയോ തന്നൊരിത്തിരി സ്നേഹവും;

മഷിയായ് പടർന്നൊരാ വെള്ളക്കടലാസ്സിൽ-
മറഞ്ഞുപോയോ അതോ മണ്ണടിഞ്ഞോ?

സൂക്ഷിച്ചു വെച്ചില്ലല്ലോ ഞാനൊരോട്ടോഗ്രാഫ്,
സൂക്ഷിച്ചു വെച്ചില്ലല്ലോ ആ സ്വർണ്ണകാലം!
ഇന്നൊരു നഷ്ടബോധം ഉള്ളിലുയരുന്നു-
കൈവിട്ടുപോയൊരാ പഴയൊരക്ഷരക്കൂട്.

മകളുടെ കയ്യിലെ പുത്തൻ കടലാസ്സിൽ-
കണ്ടെത്തുന്നു ഞാൻ എന്റെ കൗമാരഗന്ധം.
ഇനിയൊരു കാലം വരികില്ലെങ്കിലും-
ഇതളുകൾ നീട്ടി നിൽക്കുന്നു ആ ഓർമ്മകൾ!

പത്തിരി മണക്കുന്ന നിപ്പകാലം

നൈസ് പത്തിരിയും കോഴിക്കറിയും-
നോമ്പുകാലത്തെ ആ രുചിയോർമ്മകൾക്കിടയിലേക്ക്,
ഒരു പേടിസ്വപ്നം പോലെ പാറിവന്ന വവ്വാലുകൾ!
കോഴിക്കോട് അന്ന് നടുങ്ങിനിന്ന നിപ്പകാലം.

കച്ചവടം മുറിഞ്ഞ പഴക്കടക്കാരും,
തിരക്കൊഴിഞ്ഞ തെരുവുകളും,
ശ്വാസം അടക്കിപ്പിടിച്ച ആശുപത്രി വരാന്തകളും.
രാത്രിയിൽ അവിടെ തങ്ങാൻ പോലും പേടിച്ച്
തലശ്ശേരിയിലേക്ക് വണ്ടി തിരിച്ച ആ രാത്രികൾ!

ഇന്ന് മറ്റൊരു നോമ്പുകാലം എത്തുമ്പോൾ,
ആ പഴയ ഭയത്തിന്റെ കനൽ ഓർമ്മയിലുണ്ട്.
എങ്കിലും, അതിനെയെല്ലാം അതിജീവിച്ച്
നമ്മൾ ഇന്നും ഈ യാത്ര തുടരുന്നു-
മരണം തോൽക്കുന്നിടത്ത് ജീവിതം ജയിക്കുന്നു!

മിന്നാമിന്നിയും മനുഷ്യന്റെ വിശപ്പും

കോഴിക്കോടേക്കുള്ള രാത്രിയാത്ര...
യാത്രക്കാർ കുറവായ ബസ്സിൽ
ഞാൻ
കുന്നിൻ മുകളിലൂടെയുള്ള ചുരം കയറുമ്പോൾ
താഴ്വാരത്തിൽ തെളിയുന്നത് മിന്നാമിനുങ്ങുകളാണോ?
അല്ല... അവ നമ്മൾ കൊളുത്തിയ കൃത്രിമ വിളക്കുകൾ!

മനസ്സിൽ ഒരു പഴയ പാട്ടിന്റെ ഈരടികൾ-
വിശന്നുവന്ന പക്ഷി മിന്നാമിന്നിയെ ഇരയാക്കാതെ,
അതിന്റെ പ്രഭ കണ്ട് വിട്ടയച്ച കഥ.
പക്ഷിയേക്കാൾ ക്രൂരനായ മനുഷ്യൻ-
ആ വംശത്തെത്തന്നെ ഭൂമിയിൽ നിന്ന് മായ്ച്ചുകളഞ്ഞില്ലേ?

എല്ലാം നശിപ്പിക്കാൻ നമുക്ക് ആരാണ് അധികാരം തന്നത്?
പ്രകൃതിയെ മുറിവേൽപ്പിച്ച് നമ്മൾ പണിയുന്ന ഈ
കൊട്ടാരങ്ങൾ...
ഒരു നാൾ ഇതിനെല്ലാം പകരം ചോദിക്കില്ലേ?
അന്ന് മിന്നാമിന്നിയുടെ വെളിച്ചമില്ലാത്ത-
ഒരു വലിയ ഇരുട്ടിലേക്ക് നമ്മൾ വീണുപോകില്ലേ?

അതിരാണിപ്പാടത്തെ പ്രവാസി

സേതുവാണോ ഞാൻ? അതോ പത്മനാഭനോ?
സേതുവോ തന്നെത്താൻ പ്രണയിച്ചവൻ.
എല്ലാരെയും സ്നേഹിച്ചു വീണ പത്മനാഭൻ,
എന്നെപ്പോലെ വിശ്വസിച്ചു തോറ്റവനോ?

പക്ഷേ, എനിക്കില്ല കാരഗൃഹവാസങ്ങൾ,
എനിക്കിന്നീ അക്ഷരത്താളുകൾ കൂട്ട്.
യാത്രയും പുസ്തകവും നെഞ്ചിലേറ്റിയ-
ശ്രീധരനാകാനാണെനിക്കിഷ്ടം!

അതിരാണിപ്പാടത്തു നിന്നുമീ ഭൂമിയെ-
ചുറ്റിക്കറങ്ങിയ ലോകസഞ്ചാരി!
എൻ അച്ഛന്റെ പേരും പൊറ്റെകാടിന്റെ പേരും,
ഒന്നായതുകൊണ്ടാകാം ഈ ഹൃദയബന്ധം.

വായനതൻ വിസ്മയ ലോകത്തേക്ക്,
എന്നെത്തുറന്നു വിട്ടതാ വാത്സല്യമല്ലേ?
ശ്രീധരൻ നടന്ന വഴികളിലൂടെ,
ഞാനിതാ വീണ്ടും പിച്ചവെക്കുന്നു.

നീലേശ്വരത്തെയും കോഴിക്കോടിനെയും,
ഹൃദയത്തോടു ചേർത്തു പിടിക്കുമ്പോൾ-
ഞാനൊരു വെറും കണ്ടക്ടറല്ലിന്ന്,
ദേശത്തിന്റെ കഥയെഴുതുന്ന ശ്രീധരൻ!

IX. ചിന്തകളുടെ ദർശനം
(Philosophy of Life)

ഒറ്റക്കൂട്ടം

പലവഴി പിരിയും പുഴകൾ ചേർന്നു-
കടലായ് മാറും ഒറ്റക്കൂട്ടം.
തനിച്ചാണെങ്കിലും തണലായ് നിൽക്കും
തമ്മിൽ കോർത്തൊരു പൊൻകൂട്ടം.

ഒരാൾക്കായിവിടെ എല്ലാവരും-
എല്ലാവർക്കുമായ് ഒരാളും.
പല മനസ്സുകൾ ഒന്നായ് മാറും
അഴകിൻ വലിയൊരു പെങ്കൂട്ടം.

കൂട്ടത്തിലൊറ്റയായ് നിൽക്കാനല്ല,
കൂട്ടിനു കാവലായ് നിൽക്കാനാണ്-
ഈ ജന്മം നാം ഒന്നാകേണ്ടത്,
ഈ മണ്ണിൽ പടരേണ്ടത്.

കരിയും കനലും

കറുപ്പും ചുവപ്പും കലർന്നൊരു ലാവണ്യം,
കനലാടും തെയ്യത്തിൻ നിറങ്ങൾ നീയെ.
തുടക്കവും നീയേ ഒടുക്കവും നീയേ,
തുടുക്കുന്ന കനലിലെ ചുവപ്പും നീയേ.

കറുപ്പൊരു മോശമാം വർണ്ണമെന്നോതി-
കണ്ണടച്ചു നിൽക്കുന്നു ലോകം വൃഥാ.
കരിയില്ലാതൊരുകാലം ജീവനുണ്ടോ?
കരിയുടെ കരുത്തിലല്ലേ പ്രാണൻ ജ്വലിപ്പൂ!

എരിഞ്ഞു തീരുന്നൊരീ ദേഹമൊടുവിൽ,
ബാക്കിയാകുന്നത് കരിയിലല്ലോ.
ചുവപ്പെന്ന ചോരയും കറുപ്പെന്ന കരുത്തും-
ചേരുമ്പോഴല്ലേ പ്രപഞ്ചം തിളങ്ങൂ!

കാളിതൻ കറുപ്പും പ്രാണന്റെ ചുവപ്പും,
കനലിൽ ചവിട്ടുന്ന വീര്യമായ് മാറുന്നു.
നാശമല്ലീ കറുപ്പൊരു പുനർജന്മം,
നാളെ വിരിയാനുള്ള വിത്താണീ കരി!

വർണ്ണങ്ങളിലെ വിരോധാഭാസം

കറുപ്പും വെളുപ്പും നിഴലും നിലാവും,
രണ്ടു ധ്രുവങ്ങളായ് വാഴുന്നവർ.
എല്ലാ നിറങ്ങളും ചേർന്നൊരു വെണ്മയും,
എല്ലാറ്റിൽ നിന്നും ഒഴിഞ്ഞൊരു കറുപ്പും!

നിറമല്ല ഞങ്ങൾ എന്ന് പുച്ഛിച്ചു തള്ളുന്ന-
അഹങ്കാര വർണ്ണങ്ങൾ ചുറ്റിലും നോക്കി.
കറുപ്പില്ലാതെയുണ്ടോ നിഴലിന്റെ ചന്തം?
വെളുപ്പില്ലാതെയുണ്ടോ ലോകത്തിൻ വെളിച്ചം?

ചുവപ്പും പച്ചയും മഞ്ഞയും നീലയും,
അഹങ്കാരപ്പീലി വിടർത്തിടുമ്പോൾ-
മറക്കുന്നു അവർ തന്റെ ആധാരശിലകൾ,
കറുപ്പും വെളുപ്പും തൻ മൗനമാം ഭാവം!

നിറങ്ങളുടെ സങ്കലനമാണ് വെൺമയെങ്കിൽ,
നിഗൂഢമാം സത്യത്തിന്റെ ആഴമാണ് കറുപ്പ്.
പുച്ഛിച്ചു തള്ളുന്ന ലോകത്തിൻ കണ്ണിൽ,
ഞങ്ങളില്ലാതെയൊരു ചായവുമില്ല.

കണ്ണാടിയിലെ സത്യം

തന്നിലെ ദുർഗന്ധം താനറിയാതെ-
അന്യന്റെ ഗന്ധത്തെ തേടുന്നു നാം.
ഉള്ളിലെ സൗരഭ്യം തിരിച്ചറിയാതെ-
മറ്റുള്ളോർക്കായ് വിധി കാക്കുന്നു നാം.

അഴുക്കുപുരണ്ടൊരീ ദേഹവുമായി-
അപരന്റെ ശുദ്ധിയെ നിന്ദിക്കുന്നു.
സ്വന്തം തകരാറുകൾ കണ്ടില്ലെന്നു നടിച്ച്-
മറ്റുള്ളോർക്കായി നാവുയർത്തുന്നു.

നമ്മുടേതല്ലെന്നു തോന്നുമ്പോൾ മാത്രം-
സൂക്ഷിച്ചു വെക്കുവാൻ മടിക്കുന്നു നാം.
വിമർശനം തീർക്കുന്ന കോട്ടയ്ക്കുള്ളിൽ-
സംരക്ഷണമെന്ന വാക്ക് മറക്കുന്നു.

ആദ്യം തിരിക്കുക നോട്ടം നമുക്കുള്ളിലേക്ക്,
കഴുകുക നമ്മിലെ ഈ അഴുക്കുകൾ.
സ്വന്തം ശരികേടുകൾ തിരിച്ചറിഞ്ഞാൽ-
മറ്റുള്ളവരെന്നും പ്രിയപ്പെട്ടവർ!

നിദ്രാവിഹീനന്റെ വരദാനം

എത്ര നാളായീ മിഴികൾ അടഞ്ഞിട്ട്,
നിദ്രതൻ തീരത്തൊന്നു വിശ്രമിച്ചിട്ട്.
മരുന്നിൻ മണമുള്ള രാത്രികൾ വേണ്ടെന്നു-
വെച്ചു ഞാൻ, വിധിതൻ വികൃതിയായ് കണ്ട്!

അടയുന്ന വാതിലിലോർത്തു ഞാൻ നോവില്ല,
വേവലാതിപ്പെടാൻ എനിക്കിനി നേരമില്ല.
ഒൻപതു വാതിലുകൾ തുറക്കുന്നു മുമ്പിൽ,
നൈറ്റ് സർവീസ് തൻ രാപ്പാതകൾ പോലെ!

രാത്രിതൻ നിശബ്ദതയിൽ ഞാനിതാ എഴുതുന്നു,
ഉറക്കമില്ലാത്തവന് ലഭിച്ച വരം പോലെ.
കാലം തന്നൊരീ അധികസമയത്ത്,
അക്ഷരക്കൂട്ടുകൾ പൂക്കുന്നതു കാണുന്നു!

ഉർവ്വശീശാപമിന്നേകിയതാണെനിക്ക്-
എഴുതുവാൻ ഇത്രയും ഏകാന്തതകൾ!
യാത്രകൾ തുടരട്ടെ, വാക്കിൻ തുടിപ്പുകൾ-
രാവിൻ കടലാസിൽ പടരട്ടെ മെല്ലെ!

മറവി എന്ന മരുന്ന്

മസ്തിഷ്കത്തിൻ ഇരുളറകളിൽ-
മയങ്ങിക്കിടപ്പൂ ദുഃഖങ്ങൾ.
മറവി തന്നെയല്ലേ മനുഷ്യാ-
മരുന്നായി നിനക്കു പെയ്തത്?

നല്ലതും ചീത്തയും ഒന്നായ് മറക്കാൻ-
വിധി തന്ന തണലല്ലോ മറവി!
ഇതില്ലെങ്കിൽ ഓരോ നിമിഷവും-
നെഞ്ചിൽ നീറുന്ന തീയല്ലേ?

പക്ഷേ മറവിയിൽ മായുമ്പോൾ-
നാം മനുഷ്യരല്ലാതാകുന്നുവോ?
ഓർമ്മകളില്ലാതായാൽ പിന്നെ-
നമുക്കെന്തുണ്ട് ബാക്കിയായ്?

മസ്തിഷ്കം തീർത്തൊരു ചതിയാവാം-
ഈ കാണുന്ന സങ്കടക്കടൽ!
ഒന്നുമറിയാ മൃഗങ്ങൾക്കോ-
ചിന്തകളില്ലാ ശാന്തത!

മനസ്സിൻ താളം തെറ്റിയവർ-
ഭാഗ്യവാന്മാരാണെന്നോ?
അവർക്കില്ലല്ലോ നോവിൻ തടവറ-
അവർക്കില്ലല്ലോ നാളെയെപ്പറ്റിയുള്ള വേവലാതി!

Forget the past
Live in the present and
Prepare for the future.

ജീവിതത്തിന്റെ റീസൈക്കിൾ ബിൻ

ജീവിതത്തിലൊരു റീസൈക്കിൾ ബിൻ ഉണ്ടായിരുന്നെങ്കിൽ...
അറിയാതെ ഡിലീറ്റ് ആയിപ്പോയ ചില നിമിഷങ്ങളെ,

ചില ബന്ധങ്ങളെ, ചില ഇഷ്ടങ്ങളെ
ഒരിക്കൽ കൂടി തിരിച്ചു പിടിക്കാമായിരുന്നു!

മനസ്സിലൊരു ഹാർഡ് ഡിസ്കും മെമ്മറിയുമുണ്ടെങ്കിലും
നമ്മളൊരു കമ്പ്യൂട്ടറല്ലല്ലോ...
നമുക്ക് രണ്ടാമൂഴങ്ങൾ കിട്ടാറില്ല.
ഒരിക്കൽ ഡിലീറ്റ് ആയാൽ അത് എന്നേക്കുമായി പോയി.

എങ്കിലും, ഓരോ ഉറക്കവും
ഒരുതരം 'ഡിലീറ്റും റെസ്റ്റോറും' ആണോ?
പഴയ വേദനകളെ മായ്ച്ചു കളയാനും,
പുതിയൊരു പ്രഭാതത്തിലേക്ക് നമ്മളെ
പുനഃസ്ഥാപിക്കാനുമുള്ള ഒരു വിദ്യ!

അതെ... അങ്ങനെ തന്നെയായിരിക്കും.

മനസ്സിന്റെ തികട്ടലുകൾ

ഉറക്കം വരുന്നില്ല...
ഇത് വാക്കുകൾ പിറക്കാനുള്ള
ഒരു "പ്രസവവേദന"യാണോ?
മനസ്സിൽ എന്തൊക്കെയോ തികട്ടി വരുന്നു,
അതൊക്കെയും എനിക്ക് കടലാസിലാക്കണം.

വയറു നിറയുമ്പോഴാണല്ലോ തികട്ടലുണ്ടാകുന്നത്,
അല്ലെങ്കിൽ അതിനെ ഛർദ്ദിയെന്നു വിളിക്കാം.
എനിക്ക് വേണ്ടത് മനസ്സ് നിറയുന്ന അവസ്ഥയാണ്,
അല്ലാതെ ദഹിക്കാത്ത ചിന്തകളുടെ ഭാരമല്ല.

അതൊരു സൗഹൃദമാണെങ്കിൽ പോലും-
ദഹിക്കാത്തതൊന്നും എനിക്കിനി വേണ്ട.
കാശുള്ളപ്പോൾ ചുറ്റും കൂടുന്നതാണോ ബന്ധങ്ങൾ?
അല്ലാത്തവ ആരെങ്കിലും എനിക്കുണ്ടോ?

സത്യമായ ഒന്നില്ലെങ്കിൽ,
ഈ മൗനത്തിന്റെ ഏകാന്തത തന്നെയാണ് എനിക്കുത്തമം!

ചിരിയും കരച്ചിലും

കർക്കിടകത്തിലെ ചിത്തിരയിൽ ജനിച്ചു,
പക്ഷേ, പിറന്നാൾ ആഘോഷങ്ങളുണ്ടായില്ല...
ചെറുപ്പത്തിൽ പതിവില്ലായിരുന്നു,
ഇപ്പോൾ അതിനോട് ഒട്ടും താൽപ്പര്യവുമില്ല!

കരഞ്ഞുകൊണ്ടാണ് നാം ജനിക്കുന്നത്,
മറ്റുള്ളവരെ കരയിപ്പിച്ചുകൊണ്ട് മരിക്കാനും...
നമ്മുടെ പിറവിയിൽ എല്ലാവരും ചിരിച്ചു,
പക്ഷേ, മരിക്കുമ്പോൾ നമുക്ക് ചിരിക്കാനാവുമോ?

ഉണ്ടാകണം... ആ ഒടുവിലത്തെ ചിരി!
ചിരിയും കരച്ചിലും രണ്ട് ധ്രുവങ്ങളല്ലേ?
ഒന്ന് തുടങ്ങുമ്പോഴുള്ള നോവാണെങ്കിൽ,
മറ്റൊന്ന് ഒടുവിലെ ശാന്തമായ വിടവാങ്ങൽ.

ആവശ്യവും അസമയവും

ഉറങ്ങാൻ കിടന്നാൽ ഉറക്കം വരാറില്ല,
ഉറക്കം വരുമ്പോഴാകട്ടെ... നാം കിടക്കാറുമില്ല!
കഴിക്കാൻ തുടങ്ങുമ്പോൾ വിശക്കണമെന്നില്ല,
വിശന്നു വലയുമ്പോൾ ഒന്നും കിട്ടാറുമില്ല.

ഒന്നും നമുക്ക് ആവശ്യത്തിന് കിട്ടണമെന്നില്ല,
കിട്ടുന്ന നേരത്താകട്ടെ... ആവശ്യമില്ലതാനും!
രംഗബോധമില്ലാതെ വരുന്ന കോമാളിയാണ് മരണം-
ചിരിക്കാൻ പഠിപ്പിച്ച ജോക്കറെപ്പോലെ...

ഹീത്ത് ലെഡ്ജർ ആ കോമാളിവേഷം ആടിത്തീർത്ത്,
ചിരിയും കരച്ചിലും ബാക്കിവെച്ച്-
മരണത്തിന്റെ നിശബ്ദതയിലേക്ക് നടന്നുപോയി.

കറുപ്പും വെറുപ്പും

കറുപ്പിനെ ഇഷ്ടമാണ്, പിങ്കിനെയും;
പക്ഷേ, എന്റെ ഉള്ളം കറുപ്പല്ല!
വെളുപ്പിനെ വെണ്മയെന്നു വിളിക്കാമോ?
സുഹൃത്തിനെ ശരിക്കും സുഹൃത്തെന്നു കരുതണോ?

കറുപ്പിനൊരിക്കലും ചതിക്കാനാവില്ല,
അത് കറുപ്പാണെന്ന് ലോകത്തിനറിയാം.
പക്ഷേ, വെളുപ്പിന്റെ ഉള്ളിൽ
എപ്പോഴും വെളുപ്പാകണമെന്നില്ലല്ലോ!

സ്നേഹത്തേക്കാൾ എനിക്കിഷ്ടം വെറുപ്പാണ്,
സ്നേഹം പലപ്പോഴും വഞ്ചിച്ചേക്കാം;
പക്ഷേ, കറുപ്പും വെറുപ്പും—
അവർ ആരെയും ചതിക്കാറില്ല!

മൗനപ്രതിഷേധം

എന്റെ മൗനത്തിന് അർത്ഥങ്ങൾ തേടേണ്ട-
തൊട്ടു നോക്കിയാൽ പൊള്ളുന്നൊരഗ്നിയാണത്.
വാക്കുകൾ തോറ്റുപോകുന്നിടത്ത്
ഞാൻ തീർത്തൊരു ഏകാന്ത സുരക്ഷ.

അതൊരു പ്രതിഷേധമാണ്-
എന്റെ ജീവിതത്തോടും, ശ്വാസം മുട്ടിക്കുന്ന
ഈ ചുറ്റുപാടുകളോടും...
പരാതികൾ കൊണ്ട് എന്നെ മൂടരുത്,
നിശബ്ദതയുടെ പുതപ്പിനുള്ളിൽ
ഞാൻ തിരയുന്നത് എന്നെത്തന്നെയാണ്.

മിണ്ടാതിരിക്കട്ടെ ഞാൻ...
ആഴക്കടലിന്റെ ശാന്തതയിൽ
എന്റെ പ്രതിഷേധങ്ങൾ അലിഞ്ഞുചേരട്ടെ,
ആ ശൂന്യതയിലാണ്
ഞാൻ കണ്ടെത്തുന്ന ഏക സുഖം!

അമ്പതിലെ അദൃശ്യയാത്ര

അമ്പതിലേക്കൊരു ചുവട് കൂടി...
തലമുടിയിൽ ഉപ്പും കുരുമുളകും പാകമായിരിക്കുന്നു.
പക്ഷേ, എന്റെ മനസ്സ് തിരിഞ്ഞു നടക്കുകയാണ്-
അന്ന് ആസ്വദിക്കാൻ മറന്ന സദ്യകളും
പെറുക്കാൻ മറന്ന കശുവണ്ടികളും തിരഞ്ഞ്!

ഒന്നല്ലേയുള്ളൂ ഈ ജീവിതം...
ഈ ജന്മത്തിലെ 'ഞാൻ' ഇനി എത്ര കാലം?
ദേഹി വിട്ടുപോയി പുതിയ ദേഹം തിരയുമോ,
അതോ ഞാനൊരു 'ക്ലോൺ' ആയി പുനർജനിക്കുമോ?
അറിയില്ല... പക്ഷേ ഒന്നറിയാം-
എല്ലാ തുടക്കത്തിനും ഒരു ഒടുക്കമുണ്ട്.

ബസ്സിലെ ആ ഇംഗ്ലീഷ് വരികൾ പോലെ-
"The end is the new beginning."
ഒടുക്കം എന്നത് പുതിയൊരു തുടക്കമാണെങ്കിൽ,
എന്റെ ഈ അമ്പതുകൾ ഒരു ഒടുക്കമല്ല-
അന്ന് കൊതിച്ചു മാറ്റിവെച്ച പ്രണയത്തിന്റെയും
സ്വപ്നങ്ങളുടെയും പുതിയൊരു തുടക്കമാണ്!

നഷ്ടബോധത്തിന്റെ രുചി

മുന്നിൽ വിരിഞ്ഞ ആ സദ്യവട്ടങ്ങൾ,
ആസ്വദിച്ചുണ്ണാതെ ഞാൻ നോക്കി നിന്നു.
ഇന്നിതാ, രണ്ടു നാൾ പച്ചവെള്ളം പോലുമില്ലാത്ത
വരൾച്ചയുടെ ഏകാന്തതയിലേക്ക് ഞാൻ നടക്കുന്നു.

അന്ന് വേണ്ടെന്നു വെച്ച ആ രുചികൾ,
ഇന്ന് ഓർമ്മകളിൽ വിശപ്പിന്റെ കനലാകുന്നു.
കിട്ടുമ്പോൾ വില നൽകാത്ത ശീലം-
അതാണല്ലോ ഇന്നും എന്റെ കൂടെയുള്ളവൻ!

നാളെ എന്തെന്ന് ആർക്കറിയാം?
ഇന്നത്തെ ഈ നിമിഷം, ഈ രുചി...
ഇത് മാത്രമാണ് സത്യം.
നഷ്ടപ്പെടുത്തിയ സദ്യയെയോർത്ത്
സങ്കടപ്പെട്ടിട്ടല്ല, കിട്ടിയതിനെ ചേർത്തുപിടിക്കാൻ
ഇനിയെങ്കിലും ഞാൻ പഠിക്കണം!

മഞ്ഞുപോലൊരു കാത്തിരിപ്പ്

എല്ലാവരും എന്തൊക്കെയോ കാത്തിരിക്കുന്നു,
ചിലർ സന്തോഷത്തെ, ചിലർ മാറ്റങ്ങളെ!
പക്ഷേ, പ്രതീക്ഷിക്കാത്ത നേരം
മരണം ഒരു നിഴലായി തേടിയെത്തുന്നു.
എല്ലാ കാത്തിരിപ്പും ഒടുങ്ങുന്നത്
സന്തോഷത്തിലാണോ സങ്കടത്തിലാണോ?

എങ്കിലും, കാത്തിരിപ്പിലൊരു സുഖമുണ്ട്-
വിമല ദേവി സുശീൽ കുമാറിനെ കാത്തിരിക്കുന്നത് പോലെ!
'മഞ്ഞി'ന്റെ തണുപ്പുള്ള ആ ഏകാന്തതയിൽ
"വരും... വരാതിരിക്കില്ല" എന്ന ആ മന്ത്രം-
അതിലും വലിയൊരു ലഹരി മറ്റെന്തുണ്ട്?

ഞാൻ ആരെയാണ് കാത്തിരിക്കുന്നത്?
തിരക്കിട്ട ഈ ബസ് യാത്രകൾക്കിടയിൽ,
അമ്പതുകളുടെ ഈ സന്ധ്യാനേരത്ത്...
ഞാൻ എന്നെത്തന്നെയാണോ കാത്തിരിക്കുന്നത്?

അനുസ്വാരത്തിന്റെ മനോഹാരിത

ഇനി 'കേരള' ഇല്ല, നമ്മുടെ സ്വന്തം 'കേരളം'!
മലയാളി എന്നും അനുസ്വാരത്തിന്റെ ആളാണല്ലോ.
ആ 'അം' എന്ന മുഴക്കമില്ലാതെ എന്ത് മലയാളം?
എന്ത് മലയാളിത്തം?

'കേരള' എന്ന് കേൾക്കുമ്പോൾ മുറിഞ്ഞുപോയൊരു തന്ത്രി പോലെ,
പക്ഷേ 'കേരളം' എന്ന് ചൊല്ലുമ്പോൾ-
അതൊരു പൂർണ്ണതയാണ്, ഒരു പ്രണാമമാണ്!
മലയാളം... കേരളം...
ആഹാ, കേൾക്കാൻ എന്തു സുഖം!

നമ്മുടെ മണ്ണും നമ്മുടെ ഭാഷയും
ആ വാലിലെ കുനിപ്പിൽ ഒന്നായി ചേരുന്നു.
ഇത് വെറുമൊരു പേരല്ല,
നമ്മുടെ അടയാളത്തിന്റെ മാറ്റൊലിയാണ്!

ഹൃദയതന്ത്രികൾ വീണയല്ലേ

വീണയല്ലേ നീ... എന്റെ പ്രണയിനി,
നിൻ നാദത്തിൻ തന്ത്രികൾ മീട്ടുന്ന നേരത്ത്-

എന്റെ ഉള്ളിന്റെ ഉള്ളിലേക്ക് പടരുന്ന,
മാസ്മര സ്വരമായി മാറുന്നു നീ.

നിന്റെ ആ ശബ്ദം കേൾക്കുവാൻ,
അതിലൊരു ബിന്ദുവായ് അലിഞ്ഞു ചേരാൻ-
എന്തൊരു കൗതുകമാണെന്നിൽ വിരിയുന്നത്!
ഓരോ സ്പന്ദനവും എന്നെ നിന്നിലേക്ക് ചേർക്കുന്നു.

വീണേ... നിന്റെ വർഗ്ഗത്തിന്,
മനുഷ്യന്റെ ഹൃദയത്തിലേക്ക് തുളഞ്ഞുകയറാൻ-
എന്തൊരു നിഗൂഢമായ മാന്ത്രിക ശക്തിയാണ്!
ആത്മാവിൻ ആഴങ്ങളിൽ നീ പടരുന്നു.

മിടിപ്പുകൾ നിന്റെ രാഗത്തിനൊപ്പം ചലിക്കുമ്പോൾ,
മറക്കുന്നു ഞാൻ ഈ ലോകത്തെയൊന്നാകെ.
എന്റെ കടിഞ്ഞൂൽ പ്രണയം പോലെ,
വീണതൻ നാദമെന്നിൽ പൂത്തുലയുന്നു.

നീലക്കുറിഞ്ഞിയും രണ്ടാമൂഴവും

നീലക്കുറിഞ്ഞി പൂത്തുലയുന്നു വീണ്ടും-
മൂന്നാറിൻ മടിത്തട്ടിൽ പുഷ്പകാലം.
മൂന്നാണ്ടുകൾക്ക് മുൻപ് നമ്മളൊരുമിച്ച്-
കണ്ടതല്ലേ ആ മലനിരകൾ...

തേയിലത്തോട്ടവും കുളിരും കോടമഞ്ഞും,
പൂത്തുനിന്ന നീലക്കുറിഞ്ഞിയും-

അന്ന് ഞാൻ കണ്ടതൊക്കെയും നിന്നിലായിരുന്നു.
എങ്കിലും അന്ന് ഞാനിത്ര കാല്പനികനായിരുന്നോ?

അന്ന് നഷ്ടപ്പെടുത്തിയ ആ നിമിഷങ്ങൾക്കായി,
ഒരിക്കൽ കൂടി നമുക്ക് മൂന്നാർ മലകയറണ്ടേ?
ഇന്നല്ലേ സഖീ, നാം ഹൃദയം കൊണ്ട്-
ഇത്രമേൽ അടുത്തുചേർന്നത്.

നഷ്ടപ്പെട്ടവ തിരികെ നൽകുവാൻ,
ദൈവമെനിക്ക് തരുന്നൊരു രണ്ടാമൂഴം!
ഇത്തവണ കോടമഞ്ഞ് നമ്മെ മൂടുമ്പോൾ,
നിൻ കൈകൾ കോർത്ത് ഞാൻ കൂടെയുണ്ടാകും.

മലയാളി: ഒരു ആഗോള വിരോധാഭാസം

നീൽ ആംസ്ട്രോങ്ങ് ചന്ദ്രനിൽ കാലുകുത്തിയപ്പോൾ,
ചായയുമായ് ചെന്ന മലയാളി ഞാൻ!
ലോകത്തിന്റെ ഏതു കോണിലും ചെന്നെത്തും,
ഏതു പണിയും മടിയില്ലാതെ ചെയ്തിടും.

ഞാനൊരു ഗ്ലോബൽ ജീവിയല്ലേ സഖീ...
ഭൂഖണ്ഡം മാറിയാൽ ഞാനൊരു മാതൃക!
ഏതു ഭക്ഷണവും കഴിക്കും, എന്തിലും പൊരുത്തപ്പെടും,
പരകായപ്രവേശം പോലെ ഏതു സംസ്കാരവും എന്റേതാക്കും.

ഏതു ഭാഷയും എനിക്കു വഴങ്ങും,
ഏതു നാട്ടിലും ഞാൻ വേരുപടർത്തും.

പക്ഷേ, എന്റെ കേരളത്തിൽ എത്തുമ്പോൾ മാത്രം-
ഞാൻ അണിയുന്നത് മറ്റൊരു വേഷമാണ്!

ഞാൻ ഒഴികെ ബാക്കിയുള്ളവർ മോശക്കാർ,
എന്റെ കുറ്റമൊഴികെ മറ്റുള്ളവന്റേത് വലുത്.
അന്യനാട്ടിൽ പണിയെടുത്തു തഴമ്പിച്ച കൈകൾ,
സ്വന്തം നാട്ടിലിരുന്നാൽ ഒന്നു ചലിക്കില്ല!

അധ്വാനം അന്യർക്ക്, അഹങ്കാരം സ്വന്തം മണ്ണിൽ,
മലയാളി തൻ ജീവിതം ഒരു വിചിത്ര സത്യം!

വാനോളം ഉയരട്ടെ നിന്റെ സ്വപ്നങ്ങൾ

പറക്കൂ നീ... നിന്റെ സ്വപ്നങ്ങളുടെ ചക്രവാളങ്ങൾക്കും അപ്പുറം,
നീലവാനിലെ സ്വതന്ത്രമായൊരു പക്ഷിയെപ്പോലെ!
ഇതാ, നിനക്കിപ്പോൾ ആകാശത്തെ തൊടാൻ
രണ്ടു ചിറകുകൾ ലഭിച്ചിരിക്കുന്നു.

ഗാന്ധിജി സത്യം പകർന്നു നൽകിയ ആ മണ്ണിൽ നിന്നും,
പറപ്പിക്കാനുള്ള ലൈസൻസ് നേടിയ പ്രിയപ്പെട്ടവനേ...
ആ ഉയരങ്ങളിൽ വെച്ച് നീ ഒരിക്കലും-
നിന്റെ നാടിനെയും വീടിനെയും മറന്നുപോകരുത്.

നീ എത്ര ഉയരത്തിൽ പറന്നാലും ഓർക്കുക,
നിനക്ക് മുകളിലും ചിറകു വിരിക്കുന്ന ഒരാളുണ്ട്!
നിന്റെ ചിറകുകൾക്ക് തളർച്ചയേൽക്കാതെ നീ ഉയരുക,
എന്റെ സ്നേഹവും പ്രാർത്ഥനകളും എന്നും കൂടെയുണ്ടാകും.

പറന്നുയരുമ്പോൾ മറക്കാതിരിക്കുക-
നീ വന്ന വഴികളും, നീ ചെല്ലേണ്ട ലക്ഷ്യങ്ങളും!

എഴുത്തിലെ പിച്ചവെപ്പുകൾ

ഒന്നിൽ പിഴച്ചാലും മൂന്നിലുറച്ച്,
ഇന്നതാ ഞാനെത്തി സ്വപ്നതീരത്ത്!
വായനയെന്റെ ജീവിതതാളം,
എഴുത്തോ... എന്റെ കുലപ്പാരമ്പര്യം.

എങ്കിലും എഴുത്തിൽ ഞാനൊരു ശിശു,
മൂന്നുമാസം മാത്രം പ്രായമുള്ളൊരിളം കണ്മണി.
അതിനാൽ പ്രിയരേ, എന്നെ നിങ്ങൾ-
ക്ഷമയോടെ അല്പം സഹിച്ചീടണേ.

ചിലപ്പോൾ ഞാൻ വാശിപിടിച്ചു കരയും,
നിങ്ങളുടെ ഉറക്കം കെടുത്തിയെന്നിരിക്കും.
നൊമ്പരങ്ങളോർത്തു തേങ്ങുന്ന നേരത്ത്,
നിൻ ഹൃദയവാതിലിൽ ഞാൻ മുട്ടിവിളിക്കും.

പിച്ചവെച്ചു പഠിക്കട്ടെ ഞാനീ മണ്ണിൽ,
തളരാതെ നീങ്ങട്ടെ എന്റെ പ്രയാണം.
ജീവിതം മുന്നോട്ട് തന്നെ... ലക്ഷ്യത്തിലേക്ക്,
ഇരുളിലും വെളിച്ചം തിരയുന്ന യാത്ര!

വേവലാതികളുടെ തോണി

സത്യസന്ധതതൻ നെയ്ത്തിരിയുണ്ട്,
പക്ഷേ ആത്മവിശ്വാസം കെട്ടുപോയി.

പ്രതിസന്ധികൾ പെയ്യുന്ന മഴയായ് മാറി,
പരീക്ഷണങ്ങൾക്കിനി എത്രയോ കാലം?

പരീക്ഷയിൽ പണ്ടേ പിന്നിലായവൻ ഞാൻ,
വേവലാതി കൂടുമ്പോൾ പതറിപ്പോകും.
അറിയുന്ന ഉത്തരം പോലും മറന്നു ഞാൻ-
പരാജയത്തോളിൽ ചായുന്നു മെല്ലെ.

"മിയ കുൽപ... എന്റെ വലിയ പിഴ,"
നെഞ്ചുരുകി ഞാനേറ്റു ചൊല്ലുമ്പോഴും-
എന്റെ വിധിയെ പഴിക്കുന്നു ഞാൻ വീണ്ടും,
ഇരുളിൽ തപ്പുന്നൊരന്ധനെപ്പോലെ.

കറുത്ത കണ്ണടയിലെ ലോകം

എല്ലാം കാട്ടിത്തരും കണ്ണട മടുത്തു-
വ്യക്തമാം കാഴ്ചകൾ മടുപ്പായി തീർന്നു.

നല്ലതെന്നൊന്നുമേ ബാക്കിയില്ലാത്തൊരീ-
കാഴ്ചകൾ കണ്ടു നാം മടുത്തില്ലേ?

അന്ധതയൊന്നൊരു അനുഗ്രഹമായ് തീർന്നിടാൻ-
കറുത്ത കണ്ണട പണിയുന്നു ഞാനിന്ന്.

ബധിരനും മൂകനും ശവവുമായ് മാറുകിലോ-
പരിഷ്കാരിയെന്നൊരു പേരുമായിടാം!

ചെവിയിൽ തിരുകിയ ബ്ലൂടൂത്ത് തൻ ലോകം,
വായിലൊരു ബബിൾഗം ചവയ്ക്കും വിനോദം.
പരസ്യത്തിലെന്നപോൽ 'രമേശനും സുരേഷനും'-
ഒന്നും ചെയ്യാതെ ഇരുന്നീടുന്നു.

ലോകം തിരിയട്ടെ തന്നിഷ്ടം പോലെ,
ഒന്നിലും ഇടപെടാതെ ഞാനിവിടെ!
നല്ലതാം കാഴ്ചയും മൊഴിയുമേൽക്കാതെ-
ജീവച്ഛവമായ് ഞാൻ മാറുന്നതേ നല്ലത്.

നിഴലുകൾ തങ്ങുന്ന ശൂന്യതതൻ മുനമ്പിൽ-
ഇപ്പഴത്തെയാധുനികൻ ഞാൻ തന്നെയാകുന്നു!

അനസ്യൂതം

തടസ്സമോ വിള്ളലോ അതോ നിർത്തലോ?
എനിക്കൊരു 'ബ്രെയ്ക്ക്' എന്നാൽ അന്ത്യമത്രേ.
നിന്നാൽ നിലച്ചുപോം പ്രാണന്റെ താളം,
പിന്നീടു തുടങ്ങുവാൻ കാലമേറും.

വായനയായാലും വിയർക്കുന്ന വേലയായാലും
ചേർത്തു പിടിക്കുന്ന ബന്ധമായാലും-
ഇടവേളകളില്ലാതെ ഒഴുകണം മുന്നോട്ട്,
ഇനിയൊരു നിർത്തം പിഴയാകുമല്ലോ.
ഒഴുകുന്ന പുഴയ്ക്കൊരു അണ കെട്ടിയ പോൽ-
നിലച്ചാൽ മടുപ്പായി മാറും പ്രവാഹം.

ഒഴുക്കിന്റെ പൂർണ്ണത നഷ്ടമായിടുമ്പോൾ,
പിന്നീടു ചലിക്കുവാൻ മടിയായിത്തീരും.

വിശ്രമമെൻ മനസ്സിന് വെറുപ്പാണ് പ്രിയരേ,
മടുപ്പിന്റെ തടവിലായ് ഞാൻ വീണുപോയാൽ-
കുംഭകർണ്ണന്റെയാ ഗാഢനിദ്രയിൽ,
ഉണരാത്ത ലോകത്ത് തുടർന്നിടും ഞാൻ!

പിന്തിരിഞ്ഞോടുവാൻ ശീലിച്ചതല്ലീ-
ആറു ചക്രങ്ങൾ തൻ ചടുലവേഗം;
ഒഴുക്ക് നിലക്കാത്തൊരരുവിയെപ്പോലെ-
മരണം വരേയ്ക്കും തുടർന്നിടേണം!

അഭിമാനത്തിന്റെ അടയാളം (പേരിലെ വാല്)

പേരിനൊരു വാല് വേണമോ വേണ്ടയോ?
ചിലർക്കതൊരു ഭാരം, ചിലർക്കത് യോഗ്യത.
പണ്ട് വാലിലായിരുന്നു പ്രതാപമെങ്കിൽ-
ഇന്ന് വാലില്ലാത്തവരായി ഏവരും മാറി.

എന്റെ പേരിനുമുണ്ടൊരു വാല്,
അതെനിക്കേറെ പ്രിയപ്പെട്ടൊരഭിമാനം!
അമ്മ നൽകിയ അനശ്വരമാം സ്വത്ത്,
എന്റെ പൈതൃകം കാക്കുന്നോരടയാളം.

ആദിഭാഷയാം മലയാളത്തിൻ നാവുണർത്തിയ-
ആദികവിയൊരാളുടെ നാമത്താൽ...

അറിയപ്പെടുന്നതിലൊട്ടും-
കുണ്ഠിതമില്ലെനിക്ക്, ആവേശമല്ലാതെ!

അതെന്തിന് ഞാൻ മുറിച്ചു കളയണം?
അതിലില്ല എനിക്ക് ലവലേശം പരിഭവം.
പുച്ഛമില്ലാത്തവരുടെ പുച്ഛമായി
ഞാനത് കണ്ടുകൊള്ളാം.

പൂർണ്ണതയുടെ ശൂന്യത

കോർത്തുവെച്ചോരാ മുത്തുമാലയിൽ,
മുത്തുകളെല്ലാം തിളങ്ങുകിലോ-
തിളക്കമില്ലാത്തൊരാ മുത്തിനെ തിരയുന്നു ഞാൻ,
തിളക്കമേതെന്നു തിരിച്ചറിഞ്ഞീടുവാൻ!

ഇരുട്ടുണ്ടെങ്കിലല്ലേ പ്രിയരേ,
വെളിച്ചം വെളിച്ചമായ് തോന്നിടുന്നു?
കയ്പുണ്ടെങ്കിലല്ലേ നാവിൽ-
മധുരം മധുരമായ് പടർന്നിടുന്നു?

ജീവിതമാകുന്ന കാവ്യരചനയിൽ,
എഡിറ്റിംഗ് എന്തിനു ഭയക്കണം നാം?
കുറവുകൾ മാറ്റിയും നിറവുകൾ ചേർത്തും,
എഡിറ്റിംഗ് എന്നും അനിവാര്യമത്രേ.

നന്മയും വേണം തിന്മയും വേണം-
നാണയത്തിൻ രണ്ടു പുറങ്ങൾ പോലെ.

പോസിറ്റീവും നെഗറ്റീവും ഒന്നായിടുമ്പോൾ,
പൂജ്യമെന്നാത്മീയ പൂർണ്ണത പുൽകാം!

ചലനവും നിശ്ചലതയും

ചൂടുണ്ടെങ്കിലല്ലേ പ്രിയരേ,
കാറ്റൊന്നു മെല്ലെ ഉണർന്നിടൂ?
ചൂടിൻ കനലിൽ തളർന്നു നിൽക്കേ,
കാറ്റായൊഴുകി തണുപ്പു വരും.

തണുപ്പുണ്ടെങ്കിലോ കാറ്റുണ്ടോ?
നിശ്ചലമാമൊരു ശൈത്യമോ?
ചലനമില്ലാത്തൊരാ തണുപ്പിലെന്നും,
മരവിച്ച മൗനം പടർന്നിടുന്നു.

ഒടുവിൽ ഉള്ളിലെ "കാറ്റും" പോയ്-
മടങ്ങുന്നൊരാ രാവിൽ പ്രിയരേ,
പിന്നെയാ ദേഹം തണുപ്പായി മാറും,
നിശ്ചലമാമൊരു നിദ്രയാകും.

ജീവന്റെ ചൂടിൽ ചലിക്കും കാറ്റായ്-
മുന്നോട്ടു തന്നെ നീങ്ങേണം...
നിലച്ചാൽ നിശ്ചലം, പിന്നെ തണുപ്പും,
പിന്നെയാർക്കും വേണ്ടാത്തൊരു ശൂന്യതയും!

നിഴലുകളുടെ ശൂന്യത

എല്ലാം നശിപ്പിക്കും ശൂന്യതയാൽ-
എല്ലാം തന്നിലേക്ക് ചേർക്കുന്ന ഏകാന്തത.
ഇരുളടഞ്ഞൊരു കറുത്ത ഗുഹ പോലെ,
മനസ്സിൻ വെളിച്ചം കവർന്നിടുന്നു.

അടുക്കും തോറും അന്യമായിടും-
സ്വന്തമാം സത്ത തൻ ജീവശ്വാസം.
അവിടെയെല്ലാം കറുപ്പു മാത്രം,
കറുപ്പിൻ പകർപ്പുകൾ തങ്ങും ലോകം.

മുഖമില്ലാത്തവരുടെയാ വലിയ കൂട്ടത്തിൽ,
വ്യക്തിത്വമില്ലാതെ ഉഴറുന്നു ഏവരും.
ഇന്നത്തെ ലോകവും ഇതിനു സമാനമോ?
മറ്റൊരാൾ തൻ നിഴലായി തീരുന്നോ?

സ്വന്തം നിറങ്ങൾ മാഞ്ഞുപോയിടവേ,
ഇരുളിൻ ആഴത്തിൽ മറയുന്നു നാം.
ശൂന്യത തൻ കറുത്ത മുനമ്പിൽ-
തനിമ തേടിയലയുന്നോരൊറ്റയാൻ!

അഭിമാനിയാം ഒറ്റയാൻ

ഞാനൊരു ഒറ്റയാനോ അതോ-
ഒറ്റയ്ക്കിരിക്കും വെറുമൊരു മനുഷ്യനോ?
ഏതായാലും ഈ ഏകാന്ത വീഥിയിൽ,
ഏറെ സന്തോഷവാൻ ഞാനത്രേ!

കൂട്ടുണ്ടെങ്കിലല്ലേ കൂട്ടിനു പിരിയാൻ-
നൊമ്പരപ്പൂക്കൾ വിരിഞ്ഞീടൂ?
നഷ്ടപ്പെടുമെന്ന പേടിയില്ലാതെനിക്ക്,
നെഞ്ചിലേറ്റാൻ സ്വന്തം നിഴൽ മാത്രം.

ആൾക്കൂട്ടത്തിൻ കറുത്ത ശൂന്യതയിൽ,
ആരൊക്കെയോ തൻ പകർപ്പായി മാറുകിലോ-
എന്റെ തനിമ തൻ നിറങ്ങൾ ചാലിച്ചു,
എന്റെ പാതയിൽ ഞാൻ മാത്രമായ് നീങ്ങുന്നു.

ഒറ്റയ്ക്കു ചിരിക്കാൻ പഠിച്ചവനെന്നും-
ഉള്ളിലെ കടലിൽ ശാന്തനായ് വാഴുന്നു.
സങ്കടങ്ങൾ തൻ ചങ്ങലകളില്ലാത്ത,
സ്വാതന്ത്ര്യമേറുന്നോരൊറ്റയാൻ ഞാൻ!

കൂട്ടിലടച്ച സ്വാതന്ത്ര്യം

എൺപതാണ്ടുകൾ പിന്നിട്ട വീഥിയിൽ-
എവിടെയെൻ സ്വാതന്ത്ര്യം തേടുന്നു ഞാൻ?
ഭക്ഷണമോതുന്ന കൽപനകൾക്കിടയിൽ,
വേഷം വിധിക്കും വിധിത്തീർപ്പിൻ നിഴലിൽ.

ആവിഷ്കാരത്തിൻ കതിരുകൾ കൊയ്യവേ,
ആരൊക്കെയോ തീർക്കും വേലിക്കെട്ടുകൾ.
വാക്കിനു വിലങ്ങു വീണീടുമ്പോൾ-
വായന മരിച്ചോരു ലോകമാവുന്നു.

എന്റെയീ സ്വാതന്ത്ര്യം അപരന് വിനയായ്-
മാറുന്നതെന്തേ ഈ കാലഗതിയിൽ?
ഒരാളിൻ ഉല്ലാസം മറ്റൊരാൾക്കെന്നും,
നോവിന്റെ തീയായി മാറുകയല്ലോ!

ചങ്ങല പൊട്ടിയെന്നോർത്തു നാം വാഴുമ്പോൾ,
ചിന്തകൾ പണയമാം പുത്തൻ ലോകം.
എഡിറ്റിംഗ് ജീവിതത്തിൽ വേണമെന്നോർക്കേ,
ഏതാണ് സത്യമാം ആത്മസ്വാതന്ത്ര്യം?

രാഗങ്ങൾ അതിരുകൾ മായ്ക്കുമ്പോൾ

മംഗലാപുരം മുതൽ പമ്പ വരെയുള്ള ആ യാത്രകളിൽ
എന്റെ കാതുകളിൽ ലോകം സംഗീതം പൊഴിക്കുന്നു!
കർണാടക സംഗീതത്തിന്റെ ശാന്തതയിൽ ഞാൻ മുങ്ങുമ്പോഴും,
വെസ്റ്റേൺ ബീറ്റുകളിൽ എന്റെ വിരലുകൾ താളമിടുന്നു.

സാമ്പയുടെ ലാറ്റിൻ ചടുലതയും
ബെല്ലി ഡാൻസിന്റെ ആ മാന്ത്രിക താളവും...
സ്പാനിഷ് വരികളിലെ പ്രണയവും
റാപ്പിലെ ആ വേഗമേറിയ വിപ്ലവവും-
എല്ലാം എന്റെ ഹൃദയമിടിപ്പായി മാറുന്നു!

-കിഡ്സ് എന്ന് നമ്മൾ അഭിമാനിക്കുമ്പോൾ,
മകളുടെ ബി.ടി.എസിനൊപ്പം എന്റെ സ്പാനിഷ് പാട്ടുകളും
നമ്മുടെ വീടിനെ സംഗീത സാന്ദ്രമാക്കുന്നു.

ഭാഷ അറിയില്ലെങ്കിലും ആ താളം മതിയല്ലോ-
ആത്മാവിനെ ഉണർത്താൻ!

പരീക്ഷകളും പാഠശാലകളും

മൂന്നു പേരും പടിയിറങ്ങിപ്പോയി,
മൂന്നു സ്കൂളുകളുടെ അങ്കണത്തിലേക്ക്...
ഒരാൾ അക്ഷരങ്ങൾ ചൊല്ലിക്കൊടുക്കാൻ,
രണ്ടു പേർ അറിവിന്റെ പടവുകൾ കയറാൻ.

രണ്ടു പേർക്ക് മോഡൽ പരീക്ഷയാണ്,
പക്ഷേ എന്റെയുള്ളിൽ മറ്റൊരു ചിന്തയാണ്-
ജീവിതം എങ്ങനെ ജീവിക്കണം എന്ന പരീക്ഷ
ഇവർ എഴുതിത്തുടങ്ങിയിട്ടുണ്ടാകുമോ?

ആ വലിയ പരീക്ഷ പഠിപ്പിക്കുന്ന സ്കൂൾ
ഈ ലോകത്ത് എവിടെയാണുള്ളത്?
എന്നെ അതാരാണ് പഠിപ്പിച്ചത്?
അനുഭവങ്ങളുടെ പൊള്ളുന്ന വെയിലോ,
അതോ കഷ്ടപ്പാടിന്റെ തണുത്ത മഴയോ?

X. ഉപസംഹാരം (Epilogue)

ഒടുക്കം, ഒരു പുതിയ തുടക്കം

"The end is the new beginning." ബസ്സിലെ ആ പഴയ ഇംഗ്ലീഷ് വരികൾ എന്റെ ജീവിതത്തിന്റെ തന്നെ തത്വമായി മാറുന്നു. ആറു ചക്രങ്ങൾക്കിടയിലെ തിരക്കുകളിൽ നിന്നും അക്ഷരക്കൂട്ടുകളുടെ ശാന്തതയിലേക്ക് ഞാൻ നടത്തിയ ഈ പ്രയാണം ഇവിടെ അവസാനിക്കുന്നില്ല. വാക്കുകൾ മുറിഞ്ഞുപോയേക്കാം, താളുകൾ അവസാനിച്ചേക്കാം, പക്ഷേ ചിന്തകളുടെ ആ പുഴ എന്നെന്നും ഒഴുകിക്കൊണ്ടിരിക്കും.

ഒരു ഒറ്റയാനായി, സ്വന്തം തനിമ തേടി ഞാൻ അലഞ്ഞ വഴികളിലെല്ലാം ഈ വരികൾ എനിക്ക് വെളിച്ചമേകി. കുടുംബമെന്ന സ്നേഹച്ചങ്ങലയിലെ കണ്ണിയായും, മക്കളുടെ വാത്സല്യത്തിന് മുന്നിൽ അലിയുന്ന അച്ഛനായും, പ്രിയതമയുടെ മൗനത്തിൽ പ്രണയം വായിക്കുന്ന കാമുകനായും ഞാൻ എന്നെത്തന്നെ ഈ താളുകളിൽ പുനർനിർമ്മിച്ചു.

നമ്മൾ കണ്ടുമുട്ടിയ ആ പഴയ ട്രെയിൻ സ്റ്റേഷനിലെ പടവുകൾ മുതൽ, മയ്യഴിപ്പുഴയുടെ തീരം വരെയും, കൊറിയൻ പാട്ടുകൾ പെയ്യുന്ന വീടിന്റെ അകത്തളം വരെയും ഈ വരികൾ എന്നെ കൊണ്ടുപോയി. ഒരു കറുത്ത കണ്ണട വെച്ച് ലോകത്തെ നോക്കിക്കണ്ടപ്പോഴും, ഉള്ളിലെ കനൽ കെടാതെ സൂക്ഷിക്കാൻ ഞാൻ ശ്രമിച്ചിട്ടുണ്ട്.

നിഴലുകളുടെ ശൂന്യതയിൽ നിന്നും, വ്യക്തിത്വമില്ലാത്ത ആൾക്കൂട്ടത്തിൽ നിന്നും മാറി നടക്കാൻ ആഗ്രഹിക്കുന്ന ഏതൊരു മനുഷ്യനും ഈ പുസ്തകത്തിൽ ഒരു തരി വെളിച്ചം കണ്ടെത്തുന്നുവെങ്കിൽ, അവിടെയാണ് എന്റെ വിജയം.

അറിവിന്റെ ആകാശം തേടുന്ന ഈ പൂമ്പാറ്റയുടെ ചിറകുകൾക്ക് നിങ്ങൾ നൽകിയ സ്നേഹത്തിന് നന്ദി.

യാത്ര ഇവിടെ അവസാനിക്കുന്നില്ല. അടുത്ത സ്റ്റോപ്പിൽ, മറ്റൊരു പാതയിൽ, പുതിയൊരു അക്ഷരക്കൂട്ടവുമായി നാം വീണ്ടും കണ്ടുമുട്ടാം. അതുവരെ, നിങ്ങളുടെ ഹൃദയത്തിൽ ഈ വരികൾ ഒരു ചെറു കാറ്റായി വീശട്ടെ.

സ്നേഹത്തോടെ,
രൂപേഷ് കണ്ണാപ്പള്ളി

www.ingramcontent.com/pod-product-compliance
Lightning Source LLC
LaVergne TN
LVHW100327210926
848480LV00003B/1280